COMMENCÉ PAR

M. V. A. TAMBY POULLÉ

Conseil agréé,

Officier d'académie, Vice-Président
du Conseil général de l'Inde, etc.

ET TERMINÉ PAR

M. V. D. TAMBY

Conseil agréé.

Ouvrage approuvé par la Commission centrale
d'instruction publique de l'Inde française

எனவெத - லவிஸ் துரையாரிய
மிராஞ்சு தேச சரித்திரின்

Pondichéry, Imprimerie de G. Rattinamodeliar.
1887.

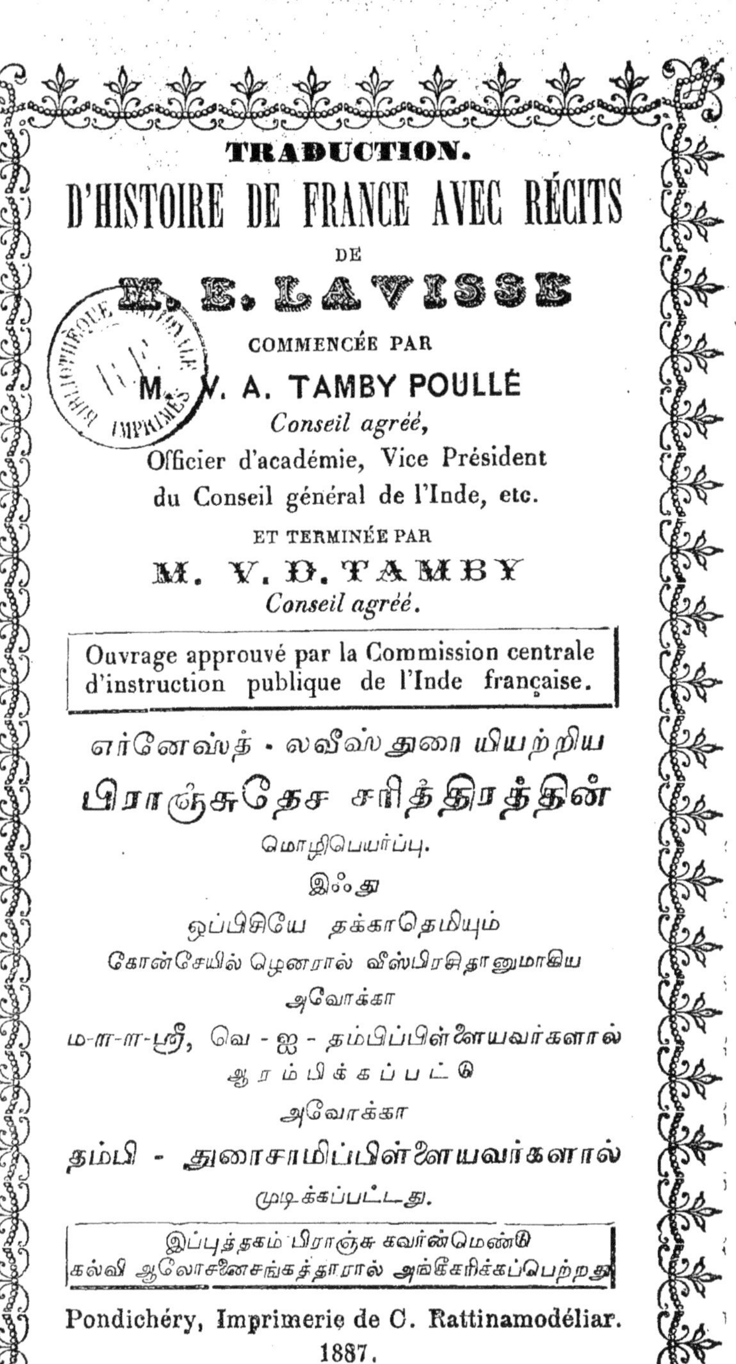

TRADUCTION.

D'HISTOIRE DE FRANCE AVEC RÉCITS

DE

M. E. LAVISSE

COMMENCÉE PAR

M. V. A. TAMBY POULLÉ

Conseil agréé,

Officier d'académie, Vice Président
du Conseil général de l'Inde, etc.

ET TERMINÉE PAR

M. V. D. TAMBY

Conseil agréé.

Ouvrage approuvé par la Commission centrale
d'instruction publique de l'Inde française.

எர்னெஸ்த் - லவீஸ்துரை யியற்றிய

பிராஞ்சுதேச சரித்திரத்தின்

மொழிபெயர்ப்பு.

இஃது

ஒப்பிசியே தக்காதெமியும்

கோன்சேயில் ஜெனரால் வீஸ்பிரசிதானுமாகிய

அவோாக்கா

ம-ரா-ரா-ஸ்ரீ, வெ - ஐ - தம்பிப்பிள்ளையவர்களால்

ஆரம்பிக்கப்பட்டு

அவோாக்கா

தம்பி - துரைசாமிப்பிள்ளையவர்களால்

முடிக்கப்பட்டது.

இப்புத்தகம் பிராஞ்சு கவர்ன்மெண்டு
கல்வி ஆலோசனைசங்கத்தாரால் அங்கீகரிக்கப்பெற்றது

Pondichéry, Imprimerie de C. Rattinamodéliar.
1887.

PRÉFACE.

La France possède des Etablissements dans
l'Inde depuis plus de deux siècles. Mais la popu-
lation de cette colonie, dont on vante à juste titre
le dévoûment et l'amour pour la métropole, ignore
généralement l'histoire de France, parce que
l'immense majorité des Indigènes ne comprend
que le tamoul et qu'aucune publication de notre
Histoire Nationale n'a été faite en cette langue.

Cette lacune vraiment regrettable fut remarquée
par M. Gramboulan, Inspecteur d'Académie en
mission dans l'Inde en 1881. Désireux de la com-
bler, il chercha, comme il le dit dans son rapport
au Ministre, un homme également versé dans la
langue française et dans la langue tamoule. Son
choix tomba sur mon père feu M. Tambypoullé,
conseil agréé, Officier d'Académie, auteur de
divers ouvrages classiques français-tamouls à l'u-
sage des Indigènes. Comprenant que faire ce
travail c'était servir la France, mon père n'hésita
pas un instant et entreprit la traduction des leçons
préliminaires d'Histoire de France de M. E. La-
visse, ouvrage si parfait au point de vue de la
méthode et de la clarté. Il consacrait ses loisirs à
la traduction de cette histoire, lorsque la mort le
surprit, et il ne put laisser qu'un manuscrit
inachevé.

En mettant la dernière main à ce manuscrit et en complétant les parties laissées inachevées, je fus à même de voir de près combien il faut de talent, de peines et de patience pour faire une bonne traduction du français en tamoul, surtout quand on veut la faire en termes simples et compréhensibles pour tous. Dans le tamoul, en effet, la simplicité du style dégénère si facilement en trivialité !

Faire connaître dans cette vaste péninsule la France, ses gloires, sa mission civilisatrice dans le monde et son rôle de bienfaitrice des peuples, tel a été le seul but, l'unique ambition des auteurs !

Avant de terminer, il est de mon devoir de rendre ici un témoignage public de gratitude à l'honorable M. Ernest Lavisse, qui, dans une lettre des plus bienveillantes et des plus flatteuses que je suis heureux de publier plus loin, s'est empressé de m'accorder son autorisation.

V. DOURESSAMY TAMBY.

Pondichéry, le 28 Juillet 1887.

LETTRE DE M. ERNEST LAVISSE
A M. DOURESSAMY TAMBY.

Paris, le 28 *Juillet* 1886.

Monsieur,

Sans perdre une minute, je vous autorise à publier la traduction dont vous me parlez et toutes les traductions qu'il vous plairait de faire de mes livres d'éducation. Je suis très honoré et très heureux de concourir à une œuvre patriotique, et vous prie d'agréer avec mes félicitations très vives pour le soin que vous prenez de faire connaître et aimer la France par les Indiens français, l'expression de mes sentiments très distingués et dévoués.

E. LAVISSE,

முகவுரை.

இந்தியாவில் இருநூறு வருஷங்களுக் கதிகமாய்ப் பிரா ஞ்சுதேசத்திற்குச் சொந்தமான நாடுகளிருந்தும் அந்தந்த நாடுகளின் குடிகள் பிராஞ்சுதேசத்தின்மீது எவ்வளவோ அன்புள்ளவர்களாயிருந்தும் ஜெ. பிராஞ்சுதேச சரித்திரம் பெரும்பாலும் அறியாதிருக்கின்றார்கள். ஏனெனில் இந்துக்க ளில் ஏறக்குறைய எல்லோருக்கும் தமிழ்ப்பாஷைமாத்திரம் தெரிந்திருக்கிறபடியாலும் நமது பிராஞ்சுதேச சரித்திரம் அந்தப்பாஷையில் யாவரும் இதுவரையில் எழுதியிராததா லுந்தான்.

ஆகையால் கஅஅக-ம். வருஷத்தில் இந்தியாவின் கல்விச்சாலை களைச் சீர்திருத்தஞ்செய்யவென் றநுமதிபெற்று வந்திருந்த அக்காதெமி என்ஸ்பெக்தேராகிய கிராம்புலான் துரையவ ர்கள் இந்த பெருங்குறையைக்கண்டு இதை நிவர்த்திசெய்யத் தான் மந்திரிக்கு எழுதிய விபரக்கடிதத்தில் சொல்லியது போல் பிராஞ்சுபாஷையும் தமிழ்ப்பாஷையும் தேர்ச்சியாயறி ந்த ஒருவனை தேடியதில் அவொக்காவும் ஒப்பிசியே தக்கூ தெமியும் இந்துக்களுக்குப் பிரயோசனமானப் பிராஞ்சு தமி ழ்ப்புத்தகங்களை ஏற்படுத்தினவருமாகிய என் தகப்பனர் ம-ாா-ாா-ஸ்ரீ. தம்பிப்பிள்ளையைத் தெரிந்துக்கொண்டார். இந்த மொழிபெயர்ப்பை முடிப்பது பிராஞ்சுதேசத்திற்கு ஒரு நன்மைசெய்வதென்று கண்டு கிரமவிஷயத்திலும் தெளிவுவி ஷயத்திலும் இவ்வளவு நேர்த்தியான புத்தகமாகிய லஷீஸ் துரை செய்திருக்கும் பிராஞ்சுதேச சரித்திரத்தை மொழி பெயர்க்க ஆரம்பித்து நடத்திவருகையில் திடீரென்று என் தகப்பனர் இறந்துபோக ஜெ மொழிபெயர்ப்பு முடியாமல் நின்றுவிட்டது.

அந்த மொழிபெயர்ப்பைத் திருத்தஞ்செய்து தீராமல் நின்றுவிட்டதுகளை முடிக்குமளவில் நாடோடியான பாஷை யிலும் சகலராலுங் கண்டுபிடிக்கக்கூடுமான விதமாகவும் பிராஞ்சில் நின்று தமிழில் மொழிபெயர்த்தல் எவ்வளவு பிரயாசையென்றும் அதற்கெவ்வளவு சாமர்த்தியமும் பொ றுமையும் வேண்டியதென்றும் காணக்கூடுமாயிருந்தது. மெய் யாகவே தமிழ்ப்பாஷையில் தெளிவாய் எழுதும்போது அதிக வழக்கமான வார்த்தைகளை உதவிக்கொள்ளும்படி நேரிடு கின்றது.

நமது தேசத்தாருக்குப் பிராஞ்சுதேசத்தையும் அதின் மகிமைப்பிரதாபங்களையும் பூலோகத்தில் அது செய்துவரும் சீர்திருத்தங்களையும் பிறதேசத்து ஜனங்களுக்கு அது புரியும் நன்மைகளையும் தெரியப்படுத்துவதுதான் நூலாசிரியர்களுடைய முக்கியகடமை என்பது நிச்சயம்.

இதை முடிப்பதற்குமுன் இதற்குப்பின் பிரசுரப்படும் அன்புக்குரியதும் நயச்சொல்லுள்ளதுமான ஒரு கடிதத்தின் மூலியமாக தன் புத்தகத்தை தமிழ்ப்பாஷையில் பிரசுரப்படுத்தும்படி எனக்கு அநுமதிதந்த மகா கனம்பொருந்திய எர்னேஸ லவீஸ்துரைக்குப் பிரசித்தமாய் நன்றியறிதல் காண்பிப்பதானது கடமையாயிருக்கிறது.

வெ. துரைசாமி - தட்பி.

புதுவை, கஅஅஎ-ம். ஆ ழுயேத் மீ - உஅ ெ

எர்னேஸ்த் லவீஸ்துரையவர்கள்.

தம்பி - துரைசாமிப்பிள்ளையவர்களுக்கு எழுதியகடிதம்.

பரீஸ்பட்டணம். கஅ.அஎ-ம். ஆ ழுயேத் மீ - உஅ ெ

ஐயா அவர்கட்கு.

ஒரு நிமிஷமும் தாமதப்படாமல் நீர் உமது கடிதத்தில் பேசியிருக்கும் மொழிபெயர்ப்பைப்பற்றியும் நான் செய்தி ருக்கும் கல்வி புத்தகங்கள் யாவற்றையும் மொழிபெயர்ப்பதைப்பற்றியும் உமக்கு அதிகாரம் கொடுக்கிறேன். உமது தேச நன்மைக்காக நீர் இவ்வளவு பிரயாசை எடுத்துக்கொள்வதின்மட்டில் எனக்கு உண்டாயிருக்கும் மகிமையையும் சந்தோஷத்தையும் எடுத்துரைப்பதுடன் பிராஞ்சு ஈந்தியாக்களுக்குப் பிராஞ்சுதேசத்துச் சரித்திரத்தைத் தெரிவித்து அவர்கள் பிராஞ்சுதேசத்தை நேசிக்கும்படி நீர் செய்வ தின்மட்டில் எனக்கு உமதுபேரிலிருக்கும் மேன்மையான எண்ணத்தையும் ஸ்துதியையும் அங்கீகரித்துக்கொள்ளும்படி உம்மைக் கேட்டுக்கொள்ளுகிறேன்.

எ - லவீஸ்.

பிராஞ்சுதேச சரித்திரத்தில்

முன் னறியவேண்டியவைக ளடங்கிய

பாடங்கள்.

முதல் புஸ்தகம்

கொலுவாமார்களும் பிரான்மார்களும்

க. கோல்தேசமும் கொலுவாமார்களும்

~~~~~~~

க. உ000 வருஷங்களுக்கு முன் பிராஞ்சுதேசம் கோல் என்று அழைக்கப்பட்டிருந்தது. அதின் குடிகள் கொலுவா மார்கள்.

உ. நோர் என்னும் வடசமுத்திரம், பாதேக்கலே என னுங் கடல்வாய்க்கால், மான்ஷ் என்னுங் கடல்வாய்க்கால் அத்லாந்திக் மகாசமுத்திரம், மெதித்தெரன்னே என்னும் மத்திய தனைக்கடல், பீரென்னே மலேத்துடர்கள், ஆல்ப் மலேத்துடர்கள், ழுய்ராமலே, றேன்நதி, இவைகள் கோல் தேசத்துக்கு எல்லேகளாயிருந்தன. ஆகையால் அது பிராஞ்சு தேசத்தைப்பார்க்கிலும் பெரிதாயிருந்தது.

ந. ஆனுல் கோல்தேசமானது பிராஞ்சுதேசம் இக்காலத் தில் இருப்பதவ்வளவு பயிர் வளமையுள்ளதும், அழகுள் எதுஞ் செல்வமுள்ளதுமாயிருந்ததில்லே.

ச. சற்றேறக்குறைய அது, குடத்திகள் கரடிகள் ஒரோக் என்ற காட்டெருதுகள் சஞ்சரிக்கும் காடுகளடர் ந்ததேசமாயிருந்தது.

ரு. கிராமங்கள் பெரும்பான்மை யும் காடுகளில் மறைந்திருந்தன, வீடு கள் மரத்தால் செய்யப்பட்டு அவை களின் வாசற்படிகளீவிட காற்றும் வெளிச்சமும் நுழைய வேறே வழியில் லாமலிருந்தன.

சு. அக்காலத்தில் சரியான பாதை கள் கிடையாது ஆனுல் இக்காலத்தில் புல் வெளிகளிலுங் காட்டு வெளிகளி லும் இருப்பதுபோல் நீண்ட கொடிவழி கள் மாத்திரமிருந்தன.

(கொலுவாமார் வீடு.)

<div align="right">[க]</div>
~~~~~~~

௨. கொலுவாமார்களுடைய வேதம்.

எ. கொலுவாமார்கள் அஞ்ஞானிகளாயிருந்தார்கள்.

அ. அவர்கள் தங்களுக்கு பயம் வருவிக்கும் அல்லது அழகாய்த்தோன்றும் இடி, மலைகள், காடுகள், இவைபோலொத்த சகலத்தையும் ஆராதித்துவந்தார்கள்.

கூ. துரூய்த் என்னும் நாமங்கொண்ட அவர்கள் குருக்கள் மற்றவர்களைவிட விசேஷமாய் படித்தவர்களாயும் கடவுள் உண்டென்று விசுவசிப்பவர்களுமாயு மிருந்தார்கள். (ஐ—வரலாறு.)

க—வது, வரலாறு. துரூய்த் என்ற குருக்களும் புல்லுருவியும்.

க. துரூய்த் குருக்கள் காடுகளில் வாசஞ்செய்பவர்கள்.

௨. அவர்கள் கொலுவா பாலியர்களுக்குக் கற்பித்துவந்தார்கள். நீதி செலுத்திக்கொண்டும் வந்தார்கள்.

ங. துரூய்த் குருக்கள் விக்கிரகங்களை ஆராதித்ததில்லை, ஆனல் அக் காடுகளில் சிறந்த விருக்ஷமாகிய ஷேன் என்னும் மரத்தை பூஜித்து அதின் தழையை முடிசூட்டிக்கொள்வார்கள்.

ச. அவர்கள் விசேஷமாய் அம்மரத்தின் கிளைகளில் துளிர்த்து மாரி காலத்திலும் பச்சை மாறு திருக்கும் புல் லுருவியை பூஜித்துவருவார்கள்.

(துரூய்த்குருக்கள் புல்லுருவியை அறுத்தல்.)

ரு. வருஷத்தின் சில நாட்களில் காடுகளில் பெருந் திருவிழா கொண்டாடுகிறது அவர்களுக்குள்வழக்கம், அப்போது ஒரு துரூய்த் குரு தன்கையில் பொன்னரிவாள் கொண்டு ஷேன் என்ற மரத் தின்மேலேறி புல்லுருவியை அறுக்க வேறுசில குருக்கள் மரத்தினடியில் நின்றுக்கொண்டு பூஜிதமான அந்த தழையை நார்மடி வேஷ்டியில் பிடித்துக்கொள்வது வழக்கம்.

சு. அந்தப் புல்லுருவியானது மழைகாலத்திலும் பச்சைநிறங்குன்றுமலிருப்பதைப்பற்றி துரூய்த்குருக்கள் ஆத்மா அழியாமலிருப்ப தென்பதற்கு அடையாளமாக அதைப் பாவித்தார்களென்று நினைக்கப்படுகின்றது.

௰. கொலுவாமார்களின் யுத்தங்கள்.

௰. கொலுவாமார்கள் இறந்தபின் ஜீவிக்கிறதென்கிற ஸ்தி ரமுள்ளவர்களா யிருந்தபடியால் மரணத்திற்கு அஞ்சாதவ ர்களாய் சண்டையை நேசித்துவந்தார்கள்.

௰௧. அவர்கள் தங்களுக்குள் அடிக்கடி யுத்தஞ்செய்துக் கொள்ளுகிறது வழக்கம், ஆனல் சிலவிசை தங்கள் ஊர்க ளைவிட்டுவிட்டு அன்னியதேசத்தைப் பிடித்துக்கொள்ளுகி றதும் உண்டு (உ—ம். வரலாறு.)

௰௨. இவ்வகையாய் இத்தாலிதேசத்தின் ஒருபாகத்தை ஜெயித்துக்கொண்டு உரோமாபுரியை பிடித்துக்கொள்ளவும் எத்தனித்தார்கள் (சேசுக்கிறீஸ்துநாதருக்குமுன் ௪௧0.)

சு. உரோமேன்மார்களால் ஜெயித்துக்கொள்ளப் பட்ட கோல்தேசம்.

௰௩. உரோமாபுரி பிறகு ஒரு பெரிய அரசாட்சியின் ராஜதானியாய் விட்டது.

உ—வது, வரலாறு. கொலுவாமார்களின் வீரம்.

௧. சகலமும் யுத்தவீரருக்கு உரித்தானதென்று சொல்லுவது கொலு வாமாருடைய வழக்கம்.

உ. அவர்கள் ஒருவருக்கும் பயப்படுவதில்லை. உங்களுக்குப் பய மென்பது இல்லையாவென்று எவராகிலும் அவர்களைக் கேட்கையில் வானமிடிந்து எங்கள் தலைமீது விழப்போகிறதென்று பயப்படுகிறதை விட வேறே யாதொன்றுக்கும் பயப்படுவதில்லை யென்பார்கள்.

௩. அவர்கள் சண்டையில் துணிவாயுத்தஞ்செய்வது மன்றி சத்து ருக்களை வஞ்சகமாய் ஜெயிப் பதேயில்லை. அவர்கள் எப் போதும் இருப்புக்கவசங்களை அலட்சியஞ்செய்து சத்துருக் களுக்குத் தங்கள் மார்பை வெறுமையாய்க் காண்பிப்பா ர்கள்.

௪. அவர்களின் வீரமா னது பைத்தியத்துக் கொப் பாயிருந்தது அதெனெனில் இடி.யிடிக்குங்காலத்தில் இ டியைப்பரிகாசஞ் செய்யும் பொருட்டாக வானத்தை நோக்கி அம்புகளை யெய்வார்கள்.

(கொலுவாமார்கள் வானத்தைநோக்கி அம்புகளெய்தல்.)

கச. உரோமேன்மார்கள் அல்லது ரோமாபுரியின் குடிகள் இத்தாலிதேசத்தை யாண்டவந்த கொலுவாமார்களேக் கிழ்ப்படுத்தி கொஞ்சகாலத்திற்குள் கோல்தேசத்திலிருந்த கொலுவாமார்களோடு யுத்தஞ் செய்தார்கள்.

கரு. உரோமேன்மார்களின் பிரபல சேனத்தலைவனுகிய ஜூயில்செஸார் என்பவன் கிறிஸ்துவுக்குமுன் - நிஅ-ம். ஹல் முதல் - அ - (ஹ) த்திற்குள்ளாகக் கோல்தேசமுழுமையும் ஜெயித்துக்கொண்டான்.

கசூ. பிராஞ்சுதேசத்தை அதிக **வீரத்துடன்** காப்பாற்றிவந்த வெர்சேங்ழெத்தோரிக்ஸ் என்பவன் செஸாரால் பிடிபட்டுப்போக நேரிட்டது. (ஙூ—ம். வரலாறு.)

ஙூ—வது, வரலாறு. வெர்சேங்ழெத்தோரிக்ஸ் என்பவன்.

க. வெர்சேங் ழெத்தோரிக்ஸ் என்பவன் இக்காலத்தில் ஒவேர்ஞ் என்றுவழங்கும் அர்வேர்ண்மார்கள் ஊரில் பிறந்தவன்.

உ. அவன் உயர்குலத்தானுகவும் யுத்த வீரனுகவும் இருந்தபடியால் கொலுவாமார்கள் அவனே தங்களுக்குத் தலைவனுகத் தெரிந்துக்கொண்டார்கள்.

ங. அவன் முதல்முதல் செஸார் என்பவனேடு ஜெயசீலனுய் யுத்தஞ்செய்தான் ஆலும் கொஞ்சகாலத்திற்குள் அலேஜியா நகரத்தில் அகப்பட்டுக்கொண்டான்.

ச கொலுவாமார்களின் ஓர் பெரும்படை அவனுக்கு உதவிசெய்ய வந்தபோதிலும் அவனேமீட்கக்கூடாமல் போய்விட்டது, கொஞ்சத்திற்குள் அந்த நிற்பாக்கியநகரின் ஜனங்கள் பசியால் மிகவும் உபாதை அடைந்தார்கள்.

(வெர்சேங்ழெத்தோரிக்ஸ் செஸாருக்குத் தன்னேக் கையளிக்கிறுன்.)

ரு. அப்போது வெர்சேங் ழெத்தோரிக்ஸ் என்பவன் தன் ஜனங்களுக்காகப்பரிந்து விசேஷ அழகுள்ள இருப்புக்கவசம்பூண்டு இலக்ஷணம்பொருந்திய சுதினாம்தேறிப் பட்டணத்தைவிட்டுப் புறப்பட்டு ஜெயசீலனுகிய செஸார் என்பவனிடத்தில் தனியேசென்று அவன் பாதத்தில் தன் ஆயுதங்களைவைத்தான்.

சு. உடனே செஸார் என்பவன் அவனுக்கு விலங்கிட்டு அவனே உரோமாபுரிக்கு அழைத்துக்கொண்டுபோய் - சு - வருஷம் சிறையில் வைத்து அதின்பின் கோல்தேசத்திற்காகப்பரிந்து யுத்தஞ்செய்த அவ் வீரனேக் கொடுமையாய்க் கொல்லச்செய்தான்.

௩. கோல்தேசம் கிறீஸ்துவேத மடைதல்.

கஎ. ச00 - வருஷங்களுக்கு அதிகமாய் கோல்தேசம் உரோமேன்மார்களுடைய ஆளுகையிலிருந்தது.

கஅ. அந்தக்காலத்தில்தான் கிறீஸ்துவேதம் கொலுவா மார்களுக்குப் போதிக்கப்பட்டது.

கக. முதல்முதல் கிறீஸ்துவேதம் உபாதீனயடைய திரளான வேதசாக்ஷிகள் வேதத்திற்காக இரத்தஞ்சிந்தினர் கள் (ச-ம். வரலாறு.)

உய. கடைசிகாலத்தில் உரோமேன் சக்கிரவர்த்தியாகிய கோன்ஸ்தாந்தேன் என்பவன் ஞானஸ்நானம் பெற்றபடி யால் புதுவேதம் கோல்தேசமுழுமையும் ஸ்தாபிக்கப் பட்டது. (நகஉ.)

ச—ம், வரலாறு. அர்ச்.—பிளாந்தீன் அம்மாள்.

க. களஎம். வருஷத்தில் லியோன் நகரத்தில் விக்கிரகாராதனை செய்யும் பிரசைகளுக்கு மத்தியில் அநேகங்கிறீஸ்துவர்களிருந்து விக் இரகங்களை ஆராதிக்க உடன்படாததால் உபாதிக்கப்பட்டார்கள்.

உ. அவர்களுக்குள் பிளாந்தீன் என்னும் - கள - வயதுள்ள சிறு பெண்ணினுடைய சாத்தீக குணத்தையும் பலவீனத்தையுங் கண்ட அவள் தோழிகள் அவள் விதியைப்பற்றி விசனப்பட்டார்கள்.

நு. கிறீஸ்துவர்கள் சில பாதகங்களைச் செய்ததாக எ ண்ணி அலைகளை வெளிப்படு த்தும்படிக்குக்கொலைஞர்கள் பிளாந்தீன் என்னும் பெண் ணை உபத்திரவப்பமித்தினர் கள்.

ச. ஒவ்வொரு கேள்வி க்கும் அவள் மறுமொழி சொன்னதாவது, நான் கிறீ ஸ்துவள் எங்களுக்குள் பாத கமொன்றும் நடக்கிறதில்லை என்றுள் அப்போது கொலை

(பிளாந்தீன் அம்மாள் வேதசாக்ஷி ஆதல்.)

ஞர்கள் உபத்திரவங்களை அவளுக்கு அதிகப்படுத்தினர்கள். ஆனல் பிளாந்தீன் என்னும் பெண் அவைகளை உணராததுபோல் இருந்தாள் அவளை மிருகங்கள் பட்சிக்கும்படி மிருகயுத்தசாலையிற் கொண்டு போய்க் கட்டி நிறுத்தினர்கள்.

ஙு. அவைகள் அவளைத் தொடாமலிருந்தன கடைசியாய்க் கத் தியால் குத்தி அவளைக்கொன்றார்கள். அவள் உயிர்விடுகிறவரையில் நான் கிறீஸ்துவளென்று பலமுறை சொல்லி இறந்தாள்.

சு. அதேகாலத்தில் அவளைப்போலவே வேதத்திற்காக வேறு சில ரும் உயிர்விட்டார்கள். அவர்களுக்குள் லியோன்பட்டணத்தின் கிறீ ஸ்துவர்களுக்கு மேற்றிராணியாராகிய - கூ0 - வயதுள்ள விருதாப்பிய அர்ச். — பொத்தேன் என்பவரும் ஒருவராயிருந்தார்.

சூ. துஷ்டப்பிரசைகளின் பிரவேசம் அத்திலா என்பவனும் அர்ச்.—ெஜெனவியேவ் அம்மாளும்

உக. கிறீஸ்து பிறந்த ச00-ம். வருஷத்தில் பலவித துஷ்டப்பிரசைகள் உரோமேன் இராச்சியத்தின்பேரில் யுத்தஞ் செய்தார்கள்.

உஉ. அந்தப் பிரசைகளுக்குள் ஹேன்மார்கள் கோல்நாட்டை யழித்துப் பரீஸ்நகரத்தையும் அழிப்பதாகப் பய முறுத்திஞர்கள். (ரு—ம். வரலாறு.)

உங. ஹேன்மார்கள் ஷிலோன் சூயர்மார் என்ற ஊரரு கில் தோர்வையயடைந்து பிராஞ்சுதேசத்தைவிட்டு நீங்கிஞர் கள்.

ரு—வது, வரலாறு. அர்ச்.—ெஜெனவியேவ் அம்மாள்.

க. பயங்கரமான துஷ்டப்பிரசைகளாகிய ஹேன்மார்கள் மகா அவலக்ஷண ரூபமுள்ளவர்களா யிருந்ததுடன் குதிரையைவிட் டிறங்காமலே குதிரையின் பச்சை இறைச்சி அல்லது குதிரைப்பாலப் புசிப்பார்கள்.

உ. அவர்கள் தளகர்த்தனகிய அத்திலா என்பவன் போகுமிட ங்களெல்லாஞ் சேதப்படுத்திக்கொண்டேபோவான். அதற்குச்சரியாய் அவன் சொல்லிக்கொண் டிருந்ததாவது: நான் போனவிடமெல்லாம் புல்திரும்ப முளையாதென்றும் தான் தேவாக்கிஞையைச் செலுத்த வந் தவஞென்றுஞ் சொல்வான்.

ங. அவன் பரீஸ்நகரத்தின் அருகில்வந்தபோது பரீஸியர் ஓடிப் போக எத்தனிக்க அர்ச்.—ெஜெனவியேவ் அவர்களைப் போகாதிரு க்க மறித்தாள்.

சு. பரீஸ்நகரத்தி னருகி லிருந்த ஓர் கிராமத்தில் பிறந்த அர்ச்.—ெஜெனவியேவ் அம்மாள் முதல்முதல் ஆடு மேய்த்துக்கொண்டிருந்தாள் பிற்பாடு கடவுள் ஊழியத்தி ற்கு அமைந்து அவள் விசே ஷ புண்ணியவதியாயும் பக்தி யுள்ளவளாயு மிருந்ததிஞல் அங்குள்ள யாவராலுஞ் சங்கிக் கப்பட்டி ருந்தாள்.

(அர்ச்.—ெஜெனவியேவ் அம்மாள் பரீஸியருக்கு நகைவிட்டு ஓடிப் போகவேண்டாமென்றுதி—ஞ்சொல்லல்)

ரு. அவள் பரீஸியரைநோ க்கியவர்கள் நகரத்தின்பேரில் அத்திலா என்பவன் யுத்தஞ் செய்யமாட்டானென் றறிவித்து அவர்களைத்தன் கருத்துக் கிசையச் செய்வது மிகுந்த பிரயாசையா யிருந்தபோதிலும் அப்படியே அவர் களை உடன்படத்திஞள், அதிஞல் பரீஸியர் ஊரைவிட்டுப் போகாமலுஞ் சத்துருக்களால் தாக்கப்படாமலு மிருந்தார்கள்.

எ. பிரான்மார்களும் அவர்கள் முதல் அரசர்களும்

உச. வேறு துஷ்டப்பிரசைகள் இப்போது அல்மாஞ் தேசமென்று சொல்லும் ஜெர்மானி தேசத்திலிருந்து வந் தார்கள்.

உரு. அவர்கள் பிரான்மார்களென்னும் பெயருள்ளவர்க ளாய்க் கோல்தேசத்தின் வடபுறத்தில் ஸ்தாபகமானார்கள் (சூ—ம். வரலாறு.)

உசூ. பிரான் முதல் அரசர்களுக்குள் மிகவும் பிரபல் லியமாயிருந்த மெரோவே என்பவனுல் பிராஞ்சுதேச அர சர்களுடைய முதல் வமிசத்திற்கு மெரோவேன்ழியென் என்னும் பெயருண்டாயிற்று.

சூ—வது, வரலாறு. பிரான்மார்கள்.

க, பிரான்மார்கள் தங்கள் தலைமயிர்களைச் சிரசின் உச்சியில் தூக் கிக்கட்டி பின்புறத்தில் குதிரைவால்போல விழும்படியாகச் செய் வது வழக்கம்.

உ. வாய்க்கு இருபுறத்திலும் தொங்கும் இரண்டு மீசைகள் தவிர அவர்கள் முகத்தை முழுமையுங் கூவரஞ் செய்வி த்துக் கொள்வார்கள்.

௩. அவர்கள் மகா யுத்தவீரர்களா யிருந்தார் கள். குத்துக்கத்தியும் தூலயில் சத்துருக்கள்பேரில் எறியும் இருபக்கமுங் கூருள்ள கண்டச்கோடா லியும் துண்டிமுள்ளென்று சொல்லும் மூனையில் வளைந்த கூர்க்கம்பிகளையுடைய ஈட்டியும் அவர்க ளுக்கு ஆயுதங்களா யிருந்தன.

ச. பிரான்மார்கள் இறு வகுப்புகளாகப் பிரிந் திருந்தார்கள் ஒவ்வொரு வகுப்புக்கும் தலைவன் அல்லது அரசனிருந்தான்.

ரு. அவ்வரசன் மற்ற பிரான் வீரர்களுக்கு உயர்வானவ னல்ல; ஆனல் அவன் இங்காசனம் எழும்நாளில் ஒரு கேடையத்தின்பேரில் அவனை பேற்றி நாலு பலமுள்ள வீரர்கள் தங்கள் தோள் களிலவனைச் சுமந்து போவார்கள் முதுகின்பேரில் தொங்கும் அவ னுடைய தலைமயிர் அவனுடைய கிரீடத்திற்குப் பதிலாயிருக்கும்.

(பிரான்மார்களின் படைவீரன்.)

சூ. யுத்தகாலத்தில் அரசனுக்குக் கீழ்ப்படிவதுண்டு சமாதான காலத்தில் அவனுக்கதிகாரமில்லை யுத்தவீரர்கள் கூட்டங்கூடிப் பெரு மவிஷையங்களில் தீர்ப்புச்சொல்லுகிறது வழக்கம்.

அ. குளோவீஸ் அரசன் [ச்அக-டுகக] சுவாஸோன் நகரத்தின் ஜெயம்

உஎ. பிரான்மார்களின் அரசனுகிய குளோவீஸ் - கசு வயதில் சிங்காசனமேறி சுவாஸோன் ஈகரத்தருகில் ஒரு ரோமேன் சேனுதிபதியை ஜெயங்கொண்டான். (எ—ம். வரலாறு.)

உஅ. அப்போதுதான் அர்ச்.— ரெமி என்னும் பெயருள்ள ரேம்ஸ் நகரத்தின் மேற்றிராணியாளை அறியலானுன்.

எ—வது, வரலாறு. சுவாஸோன் நகரத்தின் பாத்திரம்.

க. பிரான் போர்ச்சேவகர் விக்கிரகாராதனைக்காரராய் இருந்தார்கள் அவர்கள் சுவாஸோன் நகர ஜெயத்திற்கு பின்பு ஓர் தேவாலயத்திலிருந்த விலையுயர்ந்த அநேகசாமான்களையும் மிகுந்த அழகுள்ள ஒரு பாத்திரத்தையும் கொள்ளையடித்துக் கொண்டார்கள்.

உ. ரேம்ஸ் நகரத்தின் மேற்றிராணியாராகிய அர்ச்.— ரெமி அந்தப்பாத்திரத்தைத் தனக்குக் கொடுத்துவிடும்படியாய்க் குளோவீஸை தூதனுற் கேட்டனுப்ப அரசன் மறுமொழியாக சுவாஸோன் நகரம் வரைக்கும் எங்களுடன் நீ வருவையாகில் மேற்றிராணியார் விரும்பிய காரியத்தைச் செய்வேனென்று தூதனுக்குச் சொன்னுன்.

நக. கொள்ளைத் திரவியத்தை சுவாஸோனில் பங்கிட்டுக்கொண்டார்கள் குளோவீஸ் தனக்குவந்த பங்கைப் பெற்றுக்கொண்டு அர்ச். ரெமி கேட்ட பாத்திரத்தையுந்தனக்குக் கொடுக்கும்படி கேட்டுக்கொண்டான். யாவரும் அதற்குச் சம்மதித்தார்கள் ஆனலதில் ஒரு வன்மாத்திரம் திருவுளச்சிட்டுப்படி உனக்கு வருவதைமாத்திரம் நீ பெறுவாயென்று சொல்லி அந்தப்பாத்திரத்தைக் கோடாலியால் வெட்டிப் பிளந்தான்.

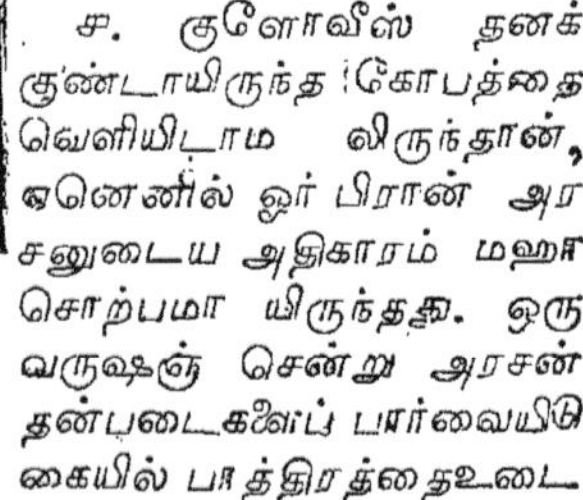

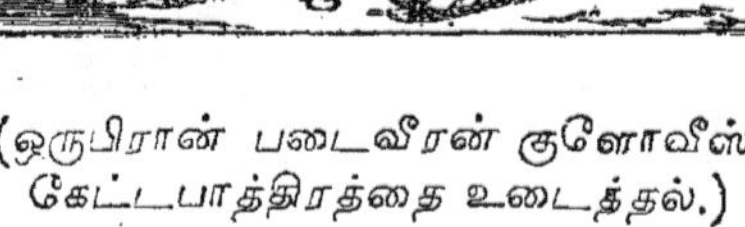

(ஒருபிரான் படைவீரன் குளோவீஸ் கேட்டபாத்திரத்தை உடைத்தல்.)

ச. குளோவீஸ் தனக் குண்டாயிருந்த கோபத்தை வெளியிடாம லிருந்தான், எனெனில் ஓர் பிரான் அரசனுடைய அதிகாரம் மஹா சொற்பமா யிருந்தது. ஒரு வருஷஞ் சென்று அரசன் தன்படைகளைப் பார்வையிடு கையில் பாத்திரத்தைஉடைத்த படைவீரன் முன்பாக நின்று அவனைப்பார்த்து ஆயுதங்களை ஒழுங்கற்றவிதமாய் வைத்திருப்பவர்கள் உன்னைப்போ லொருவருமில்லை யென்றுசொல்லி அந்தச் சேவகனுடைய கோடாலியைவாங்கிக் கீழே எறிந்தான்.

ரு. அந்தப்பிரான் சேவகன் அதை எடுத்துக்கொள்வதற்காகக் குனிந்தபோது குளோவீஸ் அரசன்தான் வைத்திருந்த கோடாலியை உயர்த்தி அந்தச் சேவகனைநோக்கி சுவாஸோன் நகரத்தின் பாத்திரத்தை நீ இப்படித்தான் செய்தாயென்றுசொல்லி அவன்தலையைப்பிளந் தான்.

கூ. குளோவீஸ் அரசனுடைய விவாகமும் ஞானஸ்நானமும்.

உகூ. குளோவீஸ் விக்கிரகாராதனைக்காரனை யிருந்தான் ஆனல் அவன் புர்கோஞ் தேசத்தில் வசித்த புர்கோந்தமா ரின் இராஜ குமாரத்தியாகிய குளோத்தில்த் என்னும் பெ ண்ணை விவாகஞ்செய்தான்.

நய. குளோத்தில்த் என்பவள் கத்தோலிக் கிறிஸ்துவ ளாயிருந்தாள். பொய்த்தேவர்களை வணங்காதிருக்க அவள் குளோவீசுக்கு புத்திசொல்லிக் கொண்டுவந்தாள்.

நக. குளோவீஸ் அரசன் தொல்பியாக் நகரத்தின் யுத் தத்திற்குப் பின்பு மனந்திரும்பி அர்ச்.— ரெமி என்பவர் கையால் ஞானஸ்நானம் பெற்றான். (அ—ம். வரலாறு.)

நஉ. லுவார்நதிக்குத் தெற்கே வசித்துக்கொண்டிருந்த விஜிகோமார்களை அவன் ஜெயித்து சற்றேறக்குறைய கோல்தேசமுழுமையையும் பிடித்துக்கொண்டான். பிரான்மார் களுடைய மற்ற வகுப்புகளின் அரசர்களை கொலைபுரியச் செய்தான்.

நங. குளோவீஸ் அரசன்-நுகக-ம். ஹுல் த்தில் பரீஸ் நகர த்தி விறந்துபோனான்.

அ—வது, வரலாறு. குளோவீஸ் மனந்திரும்புதல்.

க. சகூகூ—ம். ஹுல் த்தில் அலாமான் என்று பெயர்கொண்ட ஜெர் மென்மார்கள் கோல்தேசத்தில் ஸ்தாபகமாகிறதற்கு அதில் பிரவே சித்தார்கள். குளோவீஸ் அரசன் அவர்கள்பேரில் படையெடுத்துப் போனன்,

உ. தொல்பியாக் நகரருகில் அவர்களோடு யுத்தஞ்செய்தான் அந்த மிலேச்சப்பிரசைகள் மகா பலங்கொண்டு தாக்கவே பிரான்மார்கள் யுத்

தத்தைத் தாங்கமாட்டாமல் பின்வாங்க ஆரம்பித்தார்கள்.

ங. அப்போது குளோ வீஸ் அரசன் துக்காக்கிரந்த னய் குளோத்தில்த் அம் மாளின் கடவுளை நினைத்து வானத்தை நோக்கிக் கரங் களை நீட்டிச் சொல்லத்துட ங்கின தென்ன வென்றால் சேசுக்கிறிஸ்துவே நீர் ஜீவிய

கர்த்தரின் குமாரனென்று குளோத்தில்த் நிச்சயமாகச் சொல்லுகிறாள். உம்முடைய

(குளோவீஸ் கிறிஸ்துவஞ்கிறெனென்று பிரார்த்தித்துக் கொள்ளல்.)

உதவியை மன்றுகிகிறேன். நீ எனக்கு ஜெயமளித்தால் நானும்மைவிசு வசித்து உம்முடைய நாமத்திலுல் ஞானஸ்நானம்பெறுவேனென்றுன்.

ச. குளோவீஸ் அரசன் ஜெயங்கொண்டதான் சொன்னவார்த்தைப் பாட்டை நிறைவேற்றினுன். சிலகாலஞ்சென்று ரேம்ஸ் நகரத்திற்குப் போய் அர்ச்.— ரெமிஎன்பவரால் ஞானஸ்நானம் பெற்றுன். (உ)

ச0. குளோவீஸ் அரசனுடைய புத்திரர்களும் பௌத்திரர்களும்

நச. குளோவீஸ் அரசன் இறந்த பின்பு -க00- வருஷகாலம் கோ
ல்தேசத்தில் குடிகளுக்குள் சண்டையுண்டாயிருந்தது.

நநு. கிறீஸ்துவேதமானது பிரான்மார்களுடைய நாகரீகமற்ற முர
ட்டுத்தன்மையை மாற்றுமலிருந்தது.

நசு. குளோவீஸ் அரசனின் புத்திரர்களும் பௌத்திரர்களும்
தங்களுக்குள் சண்டையிட்டுக்கொண்டு சகலவித பாதகங்களையுஞ்செய்து
வந்தார்கள் (கூ—ம். வரலாறு.)

நள. கூசுஅ-ம். வருஷத்தில் தகோபேர் அரசன் இராச்சியபாரா
ஞ்செய்ய ஆரம்பித்து பிரான்மார்கள் இராச்சியத்தைப் பத்துவருஷகா
லம் விவேகமாய்ப் பரிபாலனஞ் செய்துக்கொண்டு வந்தான்.

நஅ. அவனுக்கு அர்ச்—எலுவா என்பவர் மந்திரியா யிருந்தார்.
அரசன் சேந்தெனி என்னும் சன்னியாசிமடத்தைக் கட்டிவைத்தான்.

கூ—வது, வரலாறு. குளோவீஸ் புத்திரர்களும் பௌத்திரர்களும்

க. குளோவீஸ் அரசன் இறந்தவுடன், தியெரி, ஷில்த்பேர், கு
ளோத்தேர், குளோதோமீர், என்னும் அவன் நான்கு குமரார்களும்
அவ னிராச்சியத்தைப் பகுந்துக்கொண்டார்கள்.

உ. கொஞ்சகாலத்தில் அவர்களுக்குள் விகாதம்நேரிட்டது குளோ
தோமீர் என்பவன் இறந்தபிறகு அதிபால்யர்களாகிய அவனுடைய புத்
திரர்களே குளோத்தில்த் அரசி எடுத்து வளர்த்துவந்தாள். பிள்ளைகளுக்
குத்தக்க பிராயம்வந்தவுடன் குளோத்தெரும் ஷில்த்பேரும் அவர்களு
க்குப் பட்டாபிஷேகஞ் சூட்டப்போகிறதாகச்சொல்லி யவர்களே யனுப்
பும்படிக் கேட்டுக்கொண்டார்கள்.

(குளோதொமீர் பிள்ளைகளின்கொலே.)

நு. குளோத்தில்த் அர
சி பிள்ளைகளே அவர்களிடம்
அனுப்பிவைத்தாள். பிள்ளை
கள் வந்தவுடன் குளோத்
தேர்மூத்தப்பிள்ளையைக்கை
யைப்பிடித்து இழுத்துப் பூ
மியில் தள்ளிக்கொன்றான்.
இதைக்கண்ட இளையவன்ஷி
ல்த் பேரிடஞ்சென்று அவ
ன் கால்கணைப் பிடித்துக்கொ
ண்டு ஓ என் பெரியப்பா!
என்னேக் காப்பாற்றுமென்று
கூவினன் அப்பொத ஷில்த்பேர் கண்ணீர் சொரிந்து அவனேக்காப்பா
ற்ற நினேத்தான். ஆனல் குளோத்தேர் அவனேமிரட்ட அதற்குப்ப
யந்து பிள்ளையை அனியாயமாய்க் கொல்லும்படி. விட்டுவிட்டான்.
பிறகு இந்த இரண்டு பாதகர்களும் குளோதோமீர் இராச்சியத்தைப்
பாகஞ்செய்துக் கொண்டார்கள்.

ச. குளோவீசின் பௌத்திரர்கள் குளோவீஸ் புத்திரர்களேப்பார்
க்கிலும் அதிகதுஷ்டர்கள் அவர்கள் மனேவிகளாகிய அரசிகளும்
அரசர்களேப்பார்க்கிலும் அதிக கொடியர்கள்.

கக. சோம்பேறி அரசர்கள்.

நகூ. தகோபேர் அரசன் இறந்த பின் அரசாக்ஷி மிகு
ந்த பலவீனத்தை யடைந்தது.

சய. அரசர்கள் தங்களுக்குப் பிரமாணிக்கமாய் நடந்
தவர்களுக்கு நிலங்களையுஞ் சுதந்தரங்களையுங் கொடுத்து
அவர்களில் தலைமையானவர்களுக்குத் தங்கள் தேசத்தின்
சில பாகங்களைப் பரிபாலனஞ் செய்யும்படி விட்டுவிடுவது
வழக்கம்.

சக. இராச்சியத்தின் இந்தப் பாகங்கள் கோந்த் அதிகா
ரஸ்தலமென்றும் துய்க் அதிகாரஸ்தலமென்றும் பெயருள்
ளவைகளா யிருந்தன. அவைகளைப் பரிபாலனஞ்செய்த அதி
காரிகள் கோந்து பிரபுக்கள் துய்க் பிரபுக்களென்று பட்
டம் பெற்றிருந்தார்கள்.

சஉ. கொஞ்சகாலத்திற்குப் பிறகு துய்க் பிரபுக்களும்
கோந்த் பிரபுக்களும் அரசர்களுக்குக் கீழ்ப்படியமாட்டோ
மென்றதால் அவ்வரசர்களுக்கு யாதொரு அதிகாரமுஞ்
செல்லாமலிருந்தது.

சந. மெரோவேன்ழியேன் சந்ததியின் கடைசி அர
சர்கள் சோம்பேறி அரசர்களென்று அழைக்கப்பட்டார்கள்
(க0—ம். வரலாறு.)

க0—வது, வரலாறு. சோம்பேறி அரசர்கள்.

க. மெரோவேன் ழியேன் சந்ததியின் கடைசி அரசர்கள் தொங்குங்
கூந்தல்களையும் நீண்ட தாடியையும் உடையவர்களாயிருந்தார்கள். அவர்
கள் சபையில் ஒருசிங்காசனத்தின்மீது வீற்றிருப்பார்கள்; ஆனல் அவர்
களுக்கு யாதொரு அதிகாரமுமில்லை.

உ. அவ்வரசர்களுக்குக்
கொஞ்சம் பூஸ்திமாத்திரம்
சுயாதீனத்திலிருந்தது, சொ
ற்ப வேலைக்காரர்களை வைத்
திருந்தார்கள்.

ந. அவர்கள் தூரதேச
ங்களுக்கு யாத்திரைசெய்யும்
போது வீரர்கள் புடைசூழ
முன்னல் குளோவீஸ் அர
சன்போகிற வழக்கப்படி.குதி
ரை எறிப்போவதில்லை, ஆ

(சோம்பேறி அரசன்.)

னல் நாட்டுப்புறத்தார்போகிற வழக்கப்படிக்கு மாடுகள்கட்டி வண்டிக்
காரன் மெதுவாய் நடத்தும் ஒரு ரதவண்டியில் யாத்திரைசெய்வார்
கள்.

௪௩. கர்லோவென்ழியென் சந்ததி அரசர்கள் சிங்காசனமேறல்.

—

௭௧. இன்னமும் நெடுநாள்வரைக்கும் பிரான்மார்கள் மெ ரோவேன்ழியென் வமிசத்தாளை அரசர்களாகக் கொண்டிருந் தார்கள். ஆனல் யுத்தத்திற்குவேறே வம்சத்தில் தங்களுக்கு த்தலைவர்களூ ஏற்படுத்திக்கொண்டார்கள்.

௭௨. அந்தத்தலைவர்களில் ஒருவனுகிய ஷார்ல்மர்த்தேல் என்பவன் புவாத்தியே நகரத்தின் ஜெயத்தால் அராபியர்கள் கோல்தேசத்தில் பலவந்தமாகப் பிரவேசிப்பதைத் தடுத் தான் (எ௩௨) (௧௧-ம். வரலாறு.)

௭௩. ஷார்ல்மர்த்தேல்குமாரனுகிய பெப்பேன்லெபிரேப் என்பவன் மெரோவேன் ழியேன் வமிச அரசனுகிய ௩-வது. ஷில்தெரிக் என்பவனை ஒரு சன்னியாசிமடத்தில் அடைத்து விட்டுப் பிரான்மார்களுக்கு அரசனுனன். (எ௩௨)

௧௧-வது, வரலாறு. புவாத்தியேநகரத்தின் ஜெயம்.

க. அராபிதேசத்தில் விஸ்தாரமான சிறுபிரசைகள் வசி த்துக்கொண்டிருந்தார்கள் தேவவரம்பெற்ற தீர்க்கத்தரிசியெ ன்று சொல்லிக்கொள்ளும் மகமது என்பவர் இஸ்லாமான்மத மென்று ஒரு புதுவேதம் அவர்களுக்குக் கற்பித்தார்.

உ. அவர் வீரர்களுக்கு மோக்ஷமும் அதைரியமுள்ளவர் களுக்கு நரகமும் கிடைக்குமென்று உறுதிவாக்களித்து உல கத்தை ஜெயிக்கவும் இஸ்லாமான் எங்கும் போதிக்கவும் அரா பியர்களூ அனுப்பிவைத்தார்.

௩. அராபியர்கள் அசியா கண்டத்திலும் அப்பிரிக்காகண டத்திலும் ஒருபங்கைப்பிடித்துக்கொண்டு எஸ்பாஞ் தேசத் துக்குப்போய் கோல்தேசத்திலும் வந்து சேர்ந்தார்கள்.

கக-வது வரலாற்றின் தொடர்ச்சி.

சு. புவாத்தியே என்னும் நகரத்தருகில் ஷார்ல்மர்த்தேல் என்பவன் அவர்களே மறித்து நிறுத்தியநாள் பிரபலநாளாயிருந்தது. ஏனெனில் அசியா கண்டத்தில் மிகுந்த வல்லபம் பொருந்திய அராபியர்களுக்கும் ஐரோப்பா கண்டத்தில் மிகுந்த வல்லபம்பொருந்திய பிரான்மார்களுக்கும் யுத்தம்நேர்ந்த தால்தான்.

ரு. அராபியர்கள் நீண்ட வெள்ளேப்போர்வையணிந்து வ ஞ்சுதரத்தில் அடிக்குங்காற்றைப்போல் பறந்தோடுங் தங்கள் சிறுகுதிரைகள்மீதேறி பிரான்மார்களின் குதிரை ராணுவத் தின்பேரில் பாய்ந்து விழுந்தார்கள்.

சு. பிரான்மார்கள் இருப்புக்கவசங்கள் பூண் டு தங்கள் கோடாலிக ளாயும், கத்திகளாயும் அ சைத்துக்கொண்டு வட தேசத்துப் பெரிய குதி ரைகள் மீதேறி இஸ்லா மான்களுடைய படைக ள்முறிந்தோட அடித்த பின்பு அவர்களேத்துடர் ந்துபோனர்கள்.அப்போ

(ஷார்ல் மர்த்தேல் அராபியர்களே புவாத் தியேயில் முறியடிக்கிறன்.)

துஞர் இருப்புமதில்நடந்து போவதுபோலத் தோன்றிற்று.

எ. அராபியர்கள் பயந்து தங்கள் ராணுவ கூடாரங்களிற் போய் அன்றிராத்திரியே சந்தடியில்லாமல் ஓடிப்போய்விட் டார்கள்.

அ. கிறீஸ்துமதப் போர்ச்சேவகர் மகமது போர்ச்சேவகர் களே ஜெயித்தார்கள்.

ஷார்ல்மாஞ் அரசன் (எசூஅ-அகசு)
கங-வது, ஷார்ல்மாஞ் அரசன் யுத்தங்கள்.

சஎ. பெப்பேன் லெபிரோப் என்பவனுக்கு கார்ல் அல்லது ஷார்ல் என்று ஒரு குமாரன் பிறந்து அவனால் கர்லோவேன் முழயேன் ராஜசந்ததி யென்று சொல்லும் பிராஞ்சுதேசத்தின் ராஜாக்களின் உ-வது சந்ததிக்குப் பெயர் வழங்கிற்று.

சஅ. அவனுடைய யுத்தப்பிரபல்லியத்தினால் ஷார்ல்மாஞ் என்னும்பெயர் அவனுக்குண்டாயிருந்தது அதற்குப்பெரிய ஷார்ல் என்று அர்த்தமாம்.

சகூ. அவன்-எசூஅ-ம்.வருஷத்தில்சிங்காசனமேறி அகசு-ம் வருஷம்வரையில் ஆண்டுவந்தான். பிரான்மார்களுக்கும் கிறீஸ்துவத் திருச்சபைக்கும் விருத்துவமாயிருந்த சத்துருக்களுடனே அவன் யுத்தஞ் செய்தான்.

நூ0. அவன் இத்தாலிதேசத்தில் பாப்புவின் சத்துருக்களாகிற லோம்பார்மார்களின் இராச்சியத்தை யழித்துவிட்டான்.

நூக. பிரான்னே என்ற மூலத்துடர்களுக்கு அப்பாலிருந்த அராபிகளோடும் றேன் நதிக்கப்பால் அஞ்ஞானிகளாயிருந்த சக்சோன்மார்களோடும் அவன் யுத்தஞ்செய்யப்போனென்.

நூஉ. அவனுடைய கீர்த்திப்பிரதாபம் உலகமெங்கும் விளங்கியிருந்தது. சத்துருக்களெல்லாம் அவனுக்கு மிகவும் பயந்து நடப்பார்கள். துூலராச்சிய ஜனங்களும் அவனுக்குத் தூதனுப்புவார்கள். (கஉ—ம். வரலாறு.)

கஉ—வது,வரலாறு. ஷார்ல்மாஞ் இடம் தூதனுப்புதல்.

க. அசியாகண்டத்திலிருக்கும் பக்தாத் நகரத்தில் அருனல் ரஷீத் என்னும் பெயரையுடைய ஒரு பராக்கிரமமுள்ள அரசன் இராச்சியபாரஞ்செய்து வந்தான். அவன் கிழ்த்திசை நாடுகளுக்கு அதிபதியாயிருந்தான். மேற்றிசை நாடுகளுக்குஅதிபதியாயிருந்தஷார்ல்மாஞ் அரசனுடன்இஷ்டசம்பந்தமாயிருக்க மனதுற்றுன்.

(ஷார்ல்மாஞ் அருனல் ரஷீதின் வெகுமானங்களை யடைதல்.)

உ. அவன் ஷார்ல்மாஞ் சக்ரவர்த்தி இடத்திற்கு விசேஷவிலையுயர்ந்த வெகுமதிகளுடன் தூதர்களை யனுப்பிவைத்தான். அவைகள் பிரான்மார்கள் அறியாதவஸ்துக்களும் மிருகங்களுமாயிருந்தன. அவைகள் யாதெனில் மணியடிக்கும் ஓர்கடியாரமும் ஓர்யானையும் ஓர்குரங்குமாம்.

கசு. மேற்றிசைநாடுகளுக்குச் சக்கிரவர்த்தியாகிய ஷார்ல்மாஞ்.

நுக. ஷார்ல்மாஞ் அரசன் ஜெயங்களடைந்த பின்பு, கோல், அல்மாஞ், இத்தாலி, இந்நாடுகளில் அரசாண்டு முற் காலத்தில் ரோமேன் சக்கிரவர்த்திகள் இருந்த வல்லமை க்கு ஏறக்குறைய சரியொத்தவல்லபமுள்ளவனு யிருந்தான்

நிச. அ00-ம். வருஷம் கர்த்தர்பிறந்தநாளில் அவன் ரோமாபுரியிலிருந்தபோது லெயோன் என்னும் பாப்பான வர் அவனுக்குச் சக்ரவர்த்தியென்கிற மகுடாபிஷேகஞ் சூட்டினார்.

நுரு. ஷார்ல்மாஞ்ஜெ பஞ்செய்வதற்குப் பீட த்திற்கு முன்பாகச்சிரவ ணக்கஞ் செய்துக்கொ ண்டிருக்கும்போதுபாப் பானவர் அவன்சிரசின் பேரில் முடியைச் சூட் டவே ஜனங்களெல்லோ ரும் உரத்தசப்த்தமிட்டு சாந்தமும் சமாதானமு முள்ள சக்ரவர்த்தியுங்க ட்வுளால் பட்டாபிஷேக

(ஷார்ல்மாஞ் மேற்றிசை நாடுகளுக்கு சக்கிரவர்த்தியாகப் பட்டாபிஷேகஞ் சூட்டப்படுதல்.)

ஞ்சூட்டப்பட்டவருமாகிய ஷார்ல் ஒகுய்ஸ்து என்பவருக்கு ஜீவவிர்த்தியும், ஜெயமும் உண்டாகக் கடவதென்று கூவி னார்கள்.

கஉ—வது, வரலாறின் துடர்ச்சி.

நக. ஷார்ல்மாஞ் அரசன் ஏக்ஸ் ஷெப்பேல் என்னும் நகரத்திலிருக் குந் தன் அரண்மனையில் தூதர்களுக்கு பேட்டிக்கொடுத்தான். அவன் சகஜமாய் ஓர் போர்வீரணப்போல உடைதரித்துக்கொள்வது வழக்கம். அன்றையத்தினம் நவரத்ன கஜிதமாகிய இராஜஅங்கியையணிந்து தன் கரத்தில் செங்கோலேந்தி சிரசில் முடிடிணைந்திருந்தான்.

உ. அண்ணியர்களுக்கு மரியாதையாகக் காட்டப்பன்றி வேட்டை க்கு அவர்களே யழைத்துப்போய் வழக்கப்படிக்குத் தன்னுடைய துணி கரத்தை அவர்களுக்குச்காண்பித்து அங்குள்ள ஒர்துஷ்டமிருகத்தால் தன்தேகத்தில் காயம்படக்செய்வித்துக் கொண்டான்.

நு. ஷார்ல்மாஞ் சக்ரவர்த்தி, பக்தாத் அரசன் அவ்வளவு தல: வந்தனையிராமையால் அவன் அனுப்பியதவ்வளவு விசேஷ விலையுயர் ந்த வெகுமானங்களே அவனுக்கு அனுப்பக்கூடாமல் சிங்கங்களேப் போல் பலமுந் தைரியமும் விநேத லக்ஷணமுமுள்ள இரண்டுநாய்களே யனுப்பினன்.

கரு. ஷார்ல்மாஞின் அரசாட்சி.

ருசு. ஷார்ல்மாஞ் தன்னிராச்சியத்தை விவேகமாயாண்டு கப்பித்துப்போேர் சட்டங்களென்று சொல்லும் மென்மை யான முறைமைகளே யேற்படுத்தினுன்.

ருள. கோந்த்பிரபுக்களாயும் துய்க்பிரபுக்களாயும் தனக்கு க்கீழ்ப்பட்டிருக்கச் செய்துக்கொண்டான்.

ருசு. சாஸ்திரிகளே யாதரித்துக் கல்விச்சாலைகளே யேற் படுத்தி அவைகளேப்பார்வையிட்டுக்கொண்டுவந்தான். (கஅ-ம் வரலாறு.)

கஅ-வது, வரலாறு. ஷார்ல்மாஞ் வித்தியாசாலைகளேப் பார்வையிடுதல்.

க. அக்காலத்தில் அரசர்கள் கல்விமான்களாயிராமல் தங்கள் கால முழுதும் யுத்தத்தில் கழிப்பார்கள்.

உ. ஆனல் ஷார்ல்மாஞ் சாஸ்திரிகளேச் சிநேகித்துத் தானும் படி த்துக்கொள்ள மனதாயிருந்தான். அவனுக்கு நன்றுய் எழுதத்தெரி யாது ஆனல் வெகுநேர்த்தியாய் வாசிப்பான். ரோமேன்சாதியார் பாஷையாகிய இலத்தீன்பாஷையைப் பேசுவான் அவன் சங்கீதப் பிரியனுப் பாடுகிறவர்கள் கூட்டத்தில் பாடுவான்.

(ஷார்ல்மாஞ் வித்தியாசாலைகளேப் பார்வையிடுதல்.)

ங. ஷார்ல்மாஞ் தன்பிர சைகள் கல்விமான்களாயாக் ஆகித்துப் பல விடங்களில் அநேகவித்தியாசாலைகளே யே ற்படுத்தியும் தன் அரண்மனே யிலும் ஒர் கல்விச்சாலேய யேற்படுத்தி அதைத்தான் அடிக்கடி போய்ப் பார்வையி ட்டுக்கொண்டு வருவான்.

ச. ஒர்நாள் ஏழைகளான பிள்ளேகள் நன்றுய் எழுதிய பாடங்களேயும் பிரபுக்கள் பிள் ளேகள் பிசகாய் எழுதின பாடங்களேயும் அவனுக்குக் காண்பித்தார்கள்.

ரு. அப்போது கடவுள் பொதுத்தீர்வையில் செய்வதுபோல அந்த மாணுக்கர்களேப்பார்த்து நன்றுயெழுதியவர்களேத் தன்வலப்புறத்தினிறு த்தி அவர்கள் அந்தப்படியே நடந்துவருவார்களாகில் மேற்றிரானி யார்களாகவும் அல்லது மடாதிபிகளாகவும் அவர்களே நியமிப்பதாக வாக்குத்தத்தஞ்செய்து நன்றுய் எழுதாதபிள்ளேகளேக் கடகெடுத்தமுகத் தோழ் நோக்கி இடிமுழக்கம்போலச் சொன்னதாவது பரமண்டலத்தி லிருக்குங் கடவுளறியுங்கள் பிரபுத்தத்துவத்தை நானலக்ஷியஞ்செய்கி றேன். உங்கள் கவனக்குறைவை அதிசிக்ஷிரத்தில் திருத்தாவிட்டால் என்னிடத்தில் யாதொன்றையும் அடையமாட்டீர்களென்றுன்.

கசு. ஷார்ல்மாளின் அரசாசூதி பிரிவு. நொர்மான்மார்கள்.

நிகு. ஷார்ல்மாஞ் - அகச - ம். வருஷத்தில் இறந்தான் அவனுடைய இராச்சியம் அவனுக்குப்பின் நெடுநாள் நீடித்ததில்லே.

சு0. அசுகு-ம். வருஷத்தில், பிராஞ்சு, இத்தாலி, அல்மாஞ், இத்தேசங்கள் பிரிந்து ஒவ்வொன்றிற்கும் அரசன் ஏற்புட்டான்.

சுக. ஷார்ல் லேஷோவ் என்பவன் பிராஞ்சுதேசத்திற்கு அரசனுைன்.

சுஉ. ஆூல் கர்லோவேன் முியேன் வமிசத்தரசர்கள் மெரொவேன் முியேன் வமிசத்தரசர்களூப்போல துர்ப்பலமானுர்கள். கோந்த் பிரபுக்களும் துய்க் பிரபுக்களும் மறுபடியுஞ் சுய அதிகாரர்களானுர்கள்.

சுஉ. அக்காலத்தில்தான் நொர்மான்மார்கள் சற்றெறக் குறைய இராச்சியத்தை முழுமையுங் கொள்ளேயடித்தார்கள் (கசு—ம். வரலாறு.)

கசு—வது, வரலாறு. நொர்மான்மார்கள்.

க. வடதேசத்தார் அல்லது நொர்மான்மார்கள் ஐரோப்பாகண்டத்திற்கு வடக்கேயிருக்கும் தங்கள் தேசங்களில்டிசிக்க ஆகாரமில்லாமல் வருஷந்தோறும் தங்கள் தேசத்தைவிட்டுப் பிறதேசங்களுக்குப்போய்க் கொண்டிருப்பார்கள்.

உ. வருஷந்தோறும் அ
வர்கள் பெருங்கூட்டமாசக்
கூடி சிறு தோணிகளில் து
ணிவாயேறிக்கொண்டு தங்
களுக்குள் மிகுந்த ஜெயவீர
ரையிருந்தவீனக் கடலரச
னென்று பெயரிட்டத் தங்க
ளுச்சுள் தலேவருக நியமித்
துக் கொள்ளுவார்கள்.

ந. பின்பு மஹாசமுத்தி
ரத்திற் பாய்ந்து அூலகளுச்கு
அஞ்சாமலும் பெருங்காற்ற
(நொர்மான்மார்கள் நாட்டுப்புறத்
தாளாத் துரத்த அவர்கள் கோட்
டைச்குள் அடைக்கலம் புகுதல்.)
டிக்கும்போது பாடிக்கொண்டுமிருப்பார்கள்.

சு. இவ்வாறு நதிகளின்வழியாய்ச் சென்று தேசத்தின் உள்நாட்டில் நுழைவார்கள். பேராசையுள்ளவர்களும் துஷ்டப்பிரசைகளுமாயிருந்த இவர்கள் அங்கிருந்து பரிதவிச்கும் நாட்டுப்புறத்தானை பிரக்கமின்றிக் கொள்ளேயடிக்க அவர்கள் அடைக்கலம் பெறக்கூடுமான அவ்வூர் கோட்டைச்குள் ஓடிப் புகுந்துக்கொள்வார்கள்.

(௫)

கள. கப்பேசியேன் இராஜவமிசத்தார் சிங்காசன மேறல்.

சுச. நொர்மான்மார்களோடு யுத்தஞ்செய்த, கோந்த், துய்க் பிரபுக்களுக்குள் பிராஞ்சுதேசத்தின் துய்க் பிரபுவா கிய ரொபேர் லெபோர் என்பவன் சிறந்தவனுக இருந்தான்.

சுரு. சேன்நதிக்கும், லுவார்நதிக்கும், மத்தியிலிருந்த ஊருக்கு பிராஞ்சு துய்க்ஸ்தலமென்று பெயர்வழங்கிற்று.

சுசு. ரொபேர் லெபோர் பிரபுவின் குமாரன் ஹேத் என்பவன் நொர்மான்மார்கள் பிடிக்கவொட்டாமல் பரீஸ் நகரத்தைக் காப்பாற்றினதுமல்லாமல் (கரு-ம். வரலாறு.) அஅஅ-ம். வருஷத்தில் அரசனுகவும் நியமிக்கப்பட்டான்.

சுஎ. ஆனல் ஹேத் அரசன் இறந்தபின் கார்லோவேன் றியேன் இராஜவமிசத்தார் திரும்பவும் சிங்காசனமேறினர் கள். இக்காலத்தில் நொர்மாந்தி என்றுசொல்லுங் தேசத்தில் ஷார்ல் லெசேம்ப்பிள் என்பவன் ஒருநொர்மான் தலைவனை ஸ்தாபகமாக விட்டுவிட்டான்.

சுஅ. கடைசியாய் கூஅஎ-ம். வருஷத்தில் ஹேத்அரசனின் பௌத்திரனுகிய உய்க்கப்பே என்பவன் அரசனுக நியமிக் கப்பட்டான். அப்போது கப்பேசியேன் இராஜவமிசமென்று சொல்லும் நடு—வது, சந்ததி ஆரம்பித்தது.

கரு-வது, வரலாறு. பரீஸ்நகரத்தின் மூற்றுகை.

க. அஅசு-ம். ஊலத்தில் எ00 நொர்மான் தோணிகள் சேன்நதி வழியாய்ச்சென்று பரீஸ்நகரத்தருகில் வந்துசேர்ந்தன.

உ. அப்போது பரீஸ்நக ரம் சேன்நதியின் ஒருதீவில் எற்பட்டிருந்தது அதின் இருகனையிலும் பேட்டை களிததது. அவைகளின் மத் தியில் கட்டப்பட்டிருந்த பாலங்கள் சேன் நதிக்கு அணைபோலிருந்தன பேட் டைகள் மதில்களால் சூழ (பரீஸியர் நொர்மான்மார்களைத் தடுத்தல்.) ப்பட்டிருந்தன.

ந. நொர்மான்மார்கள் மதில்களைத்தாக்கி யுத்தஞ்செய்து போர்ச் சேவகர் நிறைந்த ரதங்களையும் மதில்கள்பேரில் மோதவே அவ்வாறு ரதங்கள் விட்டவர்களை பரீஸியர் அம்புகளால் கொன்றூர்கள்.

முதல் புஸ்தகத்தின் சுருக்கம்.

க. பிராஞ்சுதேசம் பூர்விகத்தில் கோல்தேசமென்னும் பெயனையுடையதா யிருந்தது.

அதில்வசித்த கொலுவாமார்கள் அதிகவீரமுள்ள பிரசை களாயிருந்தும் கிறிஸ்துபிறந்த நூறு த்திற்குமுன் அவர் கள் உரோமையரால் கீழ்ப்படுத்தப்பட்டார்கள்.

கொலுவாமார்கள் ரோமையருக்குக் கீழ்ப்பட்டிருந்த கா லத்தில் கிறிஸ்துவேதத்தை யடைந்தார்கள்.

சற்றேறக்குறைய கிறிஸ்துவுக்கு ௪00 வருஷ த்திற்குப்பின் மிலேச்சப்பிரசைகள் கோல்தேசத்தை அபகரித்துக்கொண் டார்கள் ஹேன்மார்கள் அதைக்கொள்ளையடித்தார்கள் பி ன்பு பிரான்மார்கள் அதில் ஸ்தாபகமானார்கள்.

உ. பிரான்மார்களின் முதலரசர்களுக்குள் ஒருவனகிய மேரோவே என்பவனுல் மெரோவேன் மியேன் இராஜவமிச மென்றுசொல்லும் பிராஞ்சுதேசத்தினுடைய இராஜாக்க ளின் முதல் சந்ததிக்குப் பெயருண்டாயிற்று.

கரு—வது, வாலாறின் தொடர்ச்சி.

சு. இன்னமும் அவர்கள் ஒருவரோடொருவர் நெருங்கித் தங்கள் கேடையங்களைக் குடைபோல்தாக்கிப் பிடித்துக்கொ ண்டு அகழிகள்வளாக்கும்வந்து பெருந்தூலங்களால் மதில்கள் சேதப்படும்படியாய்த் தாக்கினர்கள் ஆனல் பரீஸியர் கேடை யங்களை துறடுகளாற்பிடிங்கிக்கொண்டு கொர்மான்மார்கள் பேரில் கொதிக்கிற எண்ணெயையும் உருக்கின ஈயத்தையும் ஊற்றினர்கள்.

ரு. கொஸ்லேன் என்னும் பரீஸ் மேற்றிராணியார் போர் வீரரை ஆசீர்வதித்து யுத்தத்திற்கு அவர்களை உற்சாகஞ் செய்தார் அப்போது ஹேத் என்னும் கோந்திபிரபு அவர் களுக்குள் தளகார்த்தனையிருந்தான். கடைசியாய் ஒருவருஷ காலம் முற்றுகை போடப்பட்டிருந்தபின்பு கொர்மான்மார் கள் பரீஸ்நகரத்தைத் பிடிக்கக்கூடாமற் போய்விட்டார்கள்.

முதல்புஸ்தகச் சுருக்கத்தின் தொடர்ச்சி.

மெரோவேயின் பௌத்திரனாகிய குளோவீஸ் அரசன் ஞானஸ்நானம்பெற்று கோல்நாடுமுழுதும் பிடித்தடக்கினன்.

குளோவீஸ் அரசன் சந்ததியார் தங்களுக்குள் போர்செய்துக்கொண்டு தங்கள் வல்லபத்தையிழந்து சோம்பேறி அரசர்களானர்கள்.

௩. அப்போது பிரான்மார்கள் வேறேதலைவர்களை நியமித்துக்கொள்ள அத்தலைவர்கள் கொஞ்சத்திற்குள் அரசர்களானர்கள்.

௭௨௦-ம். வருஷத்தில் பெப்பேன் லெபிரேப் என்பவன் உ——வது, இராஜவமிசத்திற்கு ஆதிகர்த்தனயிருந்தான் அவன் குமாரன் கார்ல் அல்லது ஷார்ல் என்பவனுல் கார்லோவேன் ழியேன் வமிசத்திற்குப் பெயருண்டாயிற்று.

ஷார்ல் என்னுமரசன் தன்னுடைய ஜெய்ங்களா லுஞ்சுகிர்த அரசாக்ஷியினுலும் ஷார்ல்மாஞ் அல்லது பெரியஷார்ல் என்னும் பெயரைப்பெற்றுன்.

அவன் அல்மாஞ் தேசத்தையும், இத்தாலி, எஸ்பாஞ்நாடுகளின் ஒரு பாகத்தையும் பிடித்துக்கொண்டான் ௮00 ம். வருஷத்தில் பாப்புவினுல் சக்கிரவர்த்தியென்கிற பட்டாபிஷேகமும் பெற்றுன்.

ஷார்ல்மாஞின் இராச்சியம் அவனுக்குப்பின் நெடுநாள் நீடித்ததில்ல. அது அசாந-ம். வருஷத்தில், பிராஞ்சு, அல்மாஞ் இத்தாலி என மூன்றுபாகமாய்ப் பிரிக்கப்பட்டது.

ஷார்ல் லெஷேஷாவ் அரசன் பிராஞ்சுதேசத்தையாண்டான்.

ஆனல் கார்லோவேன் ழியேன்வமிச அரசர்கள் மெரோவேன் ழியேன்வமிச அரசர்களைப்போலத் தூர்ப்பலமானர்கள்

அவர்கள் நொர்மான்மார்கள் பிரவேசித்தபோது இராஜீகத்தைக் காப்பாற்றமாட்டா திருந்தார்கள்.

பிரான்மார்கள் மறுபடியும் வேறேதலைவர்களை நியமித்துக்கொண்டார்கள்.

உய்க்கப்பே என்பவன் ௯௮௭-ம். வருஷத்தில் பிராஞ்சுதேசத்தரசனகிக் கப்பேசியேனென்னும் மூன்றும் இராஜவமிசத்திற்கு ஆதிகர்த்தனுன்.

இரண்டாம் புஸ்தகம்

உம்பளிக்கைக்குரிய பிராஞ்சுதேசம்.

௧. உம்பளிக்கைத்தன்மை.

௬௫. உய்க்கப்பே என்பவனும் உடனே அவனுக்குப்பின் வந்த அரசர்களும் அதிகவல்லபமுள்ளவர்களா யிருந்ததில்லை.

௭0. பிராஞ்சுதுய்க் பிரபு ஸ்தலத்திற்கு அவர்கள் அதிபதிகளாயிருந்தார்கள் ஆனால் ஷம்பாஞ் கோந்திபிரபுக்கள் ஷம்பாஞ் நாட்டிலும், பிளாந்தர் கோந்திபிரபுக்கள் பிளாந்தர்நாட்டிலும், துலூஸ் கோந்திபிரபுக்கள் துலூஸ்நாட்டிலும், புவர்த்தியே கோந்திபிரபுக்கள் புவாத்துநாட்டிலும், நொர்மாந்தி துய்க்பிரபுக்கள் நொர்மாந்திநாட்டிலும், புர்கோஞ் துய்க்பிரபுக்கள் புர்கோஞ்நாட்டிலும் பிரெத்தாஞ் துய்க்பிரபுக்கள் பிரெத்தாஞ்நாட்டிலும் அதிபதிகளாயிருந்தார்கள்.

௧௬௪—வது, வரலாறு. பிரசைக்கடமை.

---

௧. அரசனுக்குக் கீழ்ப்பட்ட பிரபு தன்தலைவனுடைய மனுஷனென்று அறிவதற்காகச் செய்யுஞ்சடங்கு பிரசைக்கடமை அல்லது வணக்கம் என்று சொல்லப்படுகின்றது.

௨. அரசனுக்குக்கீழ்ப்பட்ட பிரபு தன்தலைவனுக்குப் பிரசைக்கடமையைச் செய்வதற்காகத் தன்கத்தியையுங் கச்சையையுங் குதிரமுட்களையும் அவிழ்த்துவைத்து விட்டு முழந்தாளிட்டுத் தன் இருகரங்களையுங் குவித்துத் தலைவன் கரங்களில்வைத்து தன்தலைவன் விஷயத்திலும் சத்துருக்களால்வரும் அபாயங்கள் விஷயத்திலும் அவனுக்குப் பிரமாணிக்க ஊழியஞ்செய்வதாக வாக்குத்தத்தங் கொடுக்கிறது வழக்கம்.

(பிரசைக்கடமைச்சடங்கு, பிரபு அரசனுக்குப் பிரமாணிக்கமளித்தல்.)

௩. அப்போது தலைவன் தனக்குக்கீழ்ப்பட்ட பிரபுவினிடத்தில் அவனுடைய காணியாக்ஷிக்குறிப்பாக ஓர்மண்ணுக்கட்டியைக் கொடுப்பான்.

௪. அது அரசனுக்குக் கீழ்ப்பட்ட பிரபு தன்தலைவன் கையிலிருந்து தன்காணியாக்ஷி நிலத்தை வெகுமானமாக அடைவதுபோலத் தோற்றப்படும். ஆனால் அரசனுக்குக்கீழ்ப்பட்ட பிரபுதான்கொடுத்த வாக்குத்தத்தங்களைத் தவிர்த்து இராஜத்துரோகஞ் செய்தாலொழிய தலைவன்கொடுத்த காணியாக்ஷியை மறுபடியும் சுவர்ந்துக்கொள்ளக்கூடாது.

எக. இந்தக் கோந்த்பிரடுக்களும் துய்க்பிரபுக்களும் தங் கள் உருவத்தைப்போல நாணயங்களை யடிப்பதும் இறைவரி வாங்குவதும் அரசர்களைப்போலப் படைகளை வைத்துக்கொ ண்டிருப்பதும் வழக்கம்.

எஉ. ஃயூபினும் அரசன் தங்களுக்கு மேலானவன் அல்லது தங்கள் ஆண்டவனென்றும், தாங்கள் அவனுக்குக்கீழ்ப்பட்ட பிரபுக்களென்றும் ஒப்புக்கொள்வார்கள் அவர்கள் காணி யாக்ஷி உம்பளிக்கை என்னும் பெயனாக்கொண்டிருந்தது. அவர்கள் அரசனுக்குப் பிரசைக்கடமையைச் செலுத்தி அவ னுக்குப் பிரமாணிக்கமாயிருப்பதாக நம்பிக்கைசெய்து தரு வார்கள். (கசு—ம். வரலாறு.)

எங. உம்பளிக்கையென்னும் வார்த்தையினின்று உம்ப ளிக்கைத்தன்மையென்றும் உம்பளிக்கை இராச்சியமென்றும் அக்காலத்து இராச்சியபாரத்திற்குப் பெயர்வழங்கிற்று.

உ. பிரபுக்களும் திருச்சபைக்காரியக்காரரும்

பண்ணையாட்களும்.

எச. அரசனுக்குக்கீழ்ப்பட்ட பிரபுக்கள் தங்களுக்குக் கீழ்ப்பட்ட வேறே பிரபுக்களையுங் கொண்டிருந்தார்கள் இவ் விதமாகப் பிராஞ்சுதேசமானது பெரிதுஞ்சிறிதுமான அனே கம் அரசாக்ஷிகளாகப் பிரிந்திருந்தது.

எரு. அவ்வரசாக்ஷிகளைப் பரிபாலனஞ்செய்த எல்லோ ரும் பிற்காலத்தில் பிரபுக்களென்னும் பெயனையடைந்தார் கள்.

எசு. திருச்சபை விஸ்தாரமான காணியாக்ஷிகளை உடை த்தாயிருந்தது. திருச்சபையைச் சேர்ந்தவர்கள் திருச்சபை க்காரியக்காரர்களென்று சொல்லப்பட்டார்கள்.

எஎ. பிரபுக்களாகவும் திருச்சபையாராகவும் இராதவர் கள் பண்ணையாட்கள் அல்லது நாட்டுப்புறத்தார்களென்றும் பெயனையுடைத்தாயிருந்தார்கள்.

எஅ. பண்ணையாட்கள் பிரபுவின் பராமரிப்புக்குள்ளிரு ந்தார்கள் இவர்கள் குடிசைகள் பிரபுவின் அரண் ஆதரவில் கட்டப்பட்டிருந்தது. (கள-ம். வரலாறு.)

கள - வது, வரலாறு. உம்பளிக்கைத்தன்மை.

க. கௌ—வது, சக—வது, நூற்றுண்டெளில் அரசர்கள் எவ்வளவு பலவீனர்களா யிருந்தனர்களென்றூல் தங்கள் சத்துருச்சருடன்முத லாய்எதிர்த்துயுத்தஞ்செய்யக்கூடாமையானர்கள். நீதிகளையும்முறைமை களையுங்கூடத் தங்களிராச்சியத்தில் நடத்த ஏலாதிருந்தனர்கள்.

உ. சத்துருக்கள் எவர்களேனும் நெருங்கிவருகையில் அவ்வூர்பண் ணையாட்கள் அடைக்கலம் பெறுவதற்காக உம்பளிக்கைக் கோட்டை க்குள் ஓடிவருவதும் பிரபு அவர்களைப்பராமரிப்பதும் வழக்கம். பிரபு தனக்குட்பட்டவர்கள்மீது நீதிசெலுத்திக்கொண்டும் ஒருவான்; ஆனுல்

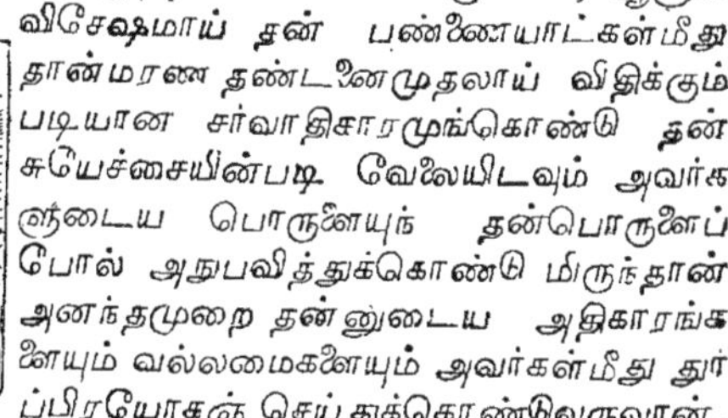

விசேஷமாய் தன் பண்ணையாட்கள்மீது தான்மரண தண்டனைமுதலாய் விதிக்கும் படியான சர்வாதிசாரமுங்கொண்டு தன் சுயேச்சையின்படி வேலையிடவும் அவர்க ளுடைய பொருளையுந் தன்பொருளைப் போல் அநுபவித்துக்கொண்டு மிருந்தான் அனந்தமுறை தன்னுடைய அதிகாரங்க ளாயும் வல்லமைகளாயும் அவர்கள்மீது துர் ப்பிரயோகஞ் செய்துகொண்டுவருவான்.

(உம்பளிக்கைக்கோட்டை)

ங. கொஞ்சகாலத்தில் பிரபுக்கள் தங் களுக்குள்யுத்தஞ்செய்துக்கொண்டார்கள். எப்படியென்றூல் ஒருவர்மற்றொருவருடைய நிலபலங்களைச்சேதப்படுத் திக்கொண்டும் அவர்களுடைய குடிசைகளைக் கொளுத்திக்கொண்டும் வந்தார்கள். இவ்வாறு நடந்த சண்டைகளிலுல் கௌ—வது. கக—வது, நூற்றுண்டெளில் பயங்கரமான துன்பங்களும் பஞ்சங்களும் நேரிட்டன.

ச. விசேஷமாய் - கௌங்ங - ம். ஆண்டின் பஞ்சமானது மகாகொடு மையாயிருந்தமையால் ரொட்டிமுதலாய் அகப்படாமல் புல்லுகளையும் மரத்தின்பட்டைகளையும் சாப்பிடவேண்டியிருந்தது. அக்காலத்தில் எவ்வளவுஜனங்கள் மாண்டதென்றூல் பிரேதங்களைக் குடத்திகளுஞ்சு இலையாகத் தெருக்களில் விட்டுவிடவும் அல்லது பெரும் அகழிகளில் கும்பல் கும்பலாயெறிந்துவிடவும் நேரிட்டது.

ஞ. மரணத்திறகுத் தப்பிக்கும்பொருட்டு சில நிர்ப்பாக்கியர் பிணங் களைமுதலாய் தின்றூர்கள். பசிகொண்டவர்களோ கொள்ளையிடத்துவ க்கி யாத்திரைக்காரனையுங்கொன்று இன்னத் தலைப்பட்டார்கள். இவ் வாறே ஒருவன்வீட்டில் அவன்புசித்த நாற்பத்தெட்டு மனிதர்களின் தலைகளைக்கண்டு அவனை உயிரோடு கொளுத்திவிட்டார்கள்.

௪. திருச்சபை வல்லபம், குதிரைவீரர்பட்டம்.

௭௯. ஆயில் பிரபு பண்ணையாட்களுக்கு எஜமானாயிரு ந்து தன் சுதந்தரங்களாயும் பலத்தையும் அடிக்கடி துர்ப் பிரயோகஞ்செய்வான்.

௮0. திருச்சபையானது சண்டை ஒய்வைஸ்தாபித்து அதற்கு விருத்துவஞ்செய்வோரைத் தண்டித்தும் பலவீனரை ஆதரித்தும் வந்தது.

௮௧. சண்டை ஒய்வென்பது புதன்கிழமை சாயரக்ஷை முதல் திங்கட்கிழமைவரைக்கும் யுத்தஞ்செய்யாதிருக்கும் படியான ஏற்பாடாம்.

௮௨. போர்செய்வதின்மட்டில் பிரபுக்களுக்குண்டாகிய நாட்டத்தைக் குறைப்பதற்காகத் திருச்சபையானது குதி ரைவீரர்பட்டத்தையும் ஸ்தாபித்தது. (௧௮-ம். வரலாறு.)

௧௮-வது, வரலாறு. குதிரைவீரர்பட்டம்.

௧. ஒவ்வொருபால்ய போர்வீரனும் முதல்முறை ஆயுதமணிந்துக் கொள்ளும்போது சிறப்புக்கொண்டாடிவது ஜெர்மானிதேசத்தில் வழக் கமாயிருந்தது.

௨. பிரான்மார்கள் கிறிஸ்துவர்களானபின் திருச்சபைவேதச்சடங்கி னால் அவர்களுக்குக் கற்பித்த புதுக்கட்டமைகளை அனுசரிக்க வேண்டியவர்களானார்கள்.

௩. ஒவ்வொரு பால்ய போர்வீரனும் ஆயுதமணிவ தற்கு முந்தினநாள் ஒருநீண் டவெள்ளை அங்கி தரித்துக் கொண்டு கோவிலுக்குள் பிர வேசித்து அன்று இராத்திரி முழுமையுஞ் ஜெபஞ் செய் வான் ஆகையால்தான் அத ற்கு ஆயுதமணியும் விழிப்பு காலமென்று பெயர்வழங்கிற்று.

(குதிரைவீரர் ஆயுதமணிதல் ஆயுதமணியும் விழிப்புகாலம்.)

௪. இவ்வாறுசெய்த போர்வீரன் மறுநாள் கோவிலிற்சென்று பட் டாகத்தைப் பெறும்போது துர்ப்பலமுள்ளவர்களைக் காப்பாற்றவும் திருச்சபையை ஆதரிச்சவும் அந்த ஆயுதத்தை உதவிக்கொள்வதாகப் பிரமாணிக்கஞ் செய்துக்கொடுப்பது வழக்கமாயிருந்தது.

ச. வேதச்சண்டைகள்.

அங. அக்காலத்தில்தான் நமது ஆண்டவராகிய சேசுக் கிறீஸ்துநாதரின் கல்லறை கட்டியிருந்த ெஜருசலேம்பட்டணம் மகமதுமார்க்கத்தாரின் அதிகாரத்திற்குள்ளிருந்தது.

அச. அவிசுவாசிகளென்று சொல்லும் மகமதியர் திருஸ்தலங்களைத் தரிசிக்க யாத்திரையாய்ப்போன கிறீஸ்துவர்களை துஷணித்து உபத்திரவஞ் செய்துவந்தார்கள்.

அரு. அந்தத் திருயாத்திரைக்காரரில் ஒருவராகிய பியேர் லெர்மீத் ஐரோப்பாவுக்குத் திரும்பிவந்து அவிசுவாசிகளாகிய மகமதியர்பேரில் யுத்தஞ்செய்ய வேண்டுமென்று பிரசங்கித்தார் (கக - ம். வரலாறு.) உடனே திரண்ட ஜனங்கள் அவ்வாறே யுத்தஞ்செய்து திருக்கல்லறையை மீட்கிறதாகப் பிரமாணிக்கஞ்செய்து அவரவர்மார்பில் ஒரு சிலுவை தரித்துக்கொண்டார்கள். அதனால்தான் அவ்வேதச் சண்டைகளுக்குச் சிலுவையின் திருச்சண்டையென்று பெயருண்டாயிற்று.

கக—வது, வரலாறு. பியேர்லெர்மீத் என்பவரின் போதனை.

க. பியேர்லெர்மீத் திருஸ்சலத்திலிருந்து திரும்பிவந்தபோது ஆட்டுமெயிரால் நெய்தபோர்வை பணிந்து இரு யாத்திரைக்காரர் பிடிக்குமாப்போல் ஓர் பெரிய தடியையுங் கையில் வைத்துக்கொண்டிருந்தார்.

உ. அவர் எவ்வளவு நேத்தியாய்ப் போதித்தாரொன்றால் பிரபுக்கள் தங்களுக்குள் உண்டாயிருந்த சச்சரவுகளை மறந்து சமாதானமாகித் திரு க்கல்லறையை மீட்கப்போ

(பியேர் லெர்மீத் என்பவர் முதல்வேதச் சண்டை போதித்தல்.)

கிறதென்று பிரமாணிக்கஞ் செய்தார்கள் ஏழைகளும் தனவான்களைப் போலவே நடந்துக்கொண்டார்கள்.

ங. இவ்வளவு தூலவான யாத்திரையில்நேரிடும் அபாயங்களை அலக்ஷியஞ்செய்யும்படியான நல்லதெரியவான்கள் விசேஷமாய்ப் பிராஞ்சுதேசத்தில்தான் அகப்பட்டார்கள். க்ளெர்மோன் ஈசரத்தில்-க0கூரு ம். நவெம்பர்த்தில் கூடியமெத்திராணியார் ஆலோசனைச்சங்கத்தில் உ—வது உயர்பேன் என்னும் பாப்பானவர் சபைத்தலைவராயிருக்கச் சிலுவையின் திருச்சண்டைக்குப் போகிறதென்று தீர்மானிக்கப்பட்டது.

ச. எண்ணிறந்த ஸ்திரிசளும் புருஷர்களும் பாப்பானவர் சொன்னபிரசங்கங்களைக்கேட்டு அவைகளுக்கு மறுமொழியாகக் கடவுள் சித்தமாயிருக்கிறார் கடவுள் சித்தமாயிருக்கிறார் என்று பெருஞ்சப்தமாகக் கூவி மார்பில் சிகப்புசகலாத்துச் சிலுவையைத் தரித்துக்கொண்டார்கள்.

(ச)

ரி. முதல் திருச்சண்டை.

அசா. க0கசா-ம். வருஷத்தில் லொரோன் தேசத்தின் துய்க் பிரபுவாகிய கோத்புறுவா தெடுய்யோன் தளகர்த்தனையிருந்து நடத்திய குதிரைவீரரின் ஒரு பெரும்படை ஐரோப்பாவைக் கடந்து கோன்ஸ்தான்திணேப்பிள் வழியாக அசியாவுக்கு வந்துசேர்ந்தது.

அஎ. அந்தப்பாளையமானது பெரிய தொந்தரைகளாயும் துன்பங்களாயும் அனுபவித்த பின் ஜெருசலேமை பிடித்து திருஸ்தலத்தில் கிறிஸ்துவ இராச்சியத்தை ஸ்தாபித்தது. (க0கசச) (உ0 - ம். வரலாறு.)

உ0—வது, வரலாறு. ஜெருசலேம்பட்டணத்தை ஜெயித்துக்கொள்ளல்.

க. குதிரைவீரனாப்போல இராமசங்கதிகளை ஒழுங்குபடுத்தவேண் டியதில்லாத மற்ற ஜனங்கள் அவர்களுக்கு முன் மூஸ்திப்பாய் பிரயா ணப்பட்டார்கள்.

உ. ஆனல் அவர்கள் ஏறக்குறைய எல்லோரும் ஜெருசலேமை பார்ப்பதற்கு முன் இறந்து போனர்கள்.

(கோத்புறுவாவும் வேதச்சண்டை வீரர் களுந் திருக்கல்லறைமுன்பணிதல்.)

ங. லொரோன் தேசத் தின் துய்க்பிரபுவாகியகோத புறுவா தெடுய்யோன் குதி ரைவீரர் படைகளுக்குத்தள கர்த்தனையிருந்தான் இரண்டு வருஷம் அவர்கள் யாத்திரை செய்தார்கள். அவர்கள் பிர யாணப்பட்டபோதுவழுலட் சம்பேரிருந்தார்களாம். ஆனல் திரு நகரத்துச்குமுன்பாக அவர்கள் போய்ச்சேர்ந்தபோது ஐம் பதினையிரம் போர்வீரர்கள் மாத்திரமிருந்தார்களாம்.

ச. அந்தத்திருநகளை முதல் முதல் கண்டவர்கள் சந்தோஷக்கூக் குரலிட்டு ஜெருசலேம் - ஜெருசலேம் என்றுசொல்லி கடவுள் இத்த மாயிருக்கிறார் என்கிற சிலுவையின் திருச்சண்டையின் வார்த்தையை அநேகமுறை பேரொலியாய் வசனித்தார்கள். பட்டணத்தைப்பிடிக்கிற தற்கு இரத்தக்களரியான யுத்தஞ்செய்யவேண்டியதாயிருந்தது அதில் அவிசுவாசிகளிலும் கிறிஸ்துவர்களிலும் எவ்வளவுபேர் மாண்டார் களென்றூல் குதிரைகள் மார்புவரைக்கும் இரத்தவெள்ளம் ஓடியது.

ரு. கோத்புறுவா சங்காரத்தை நிறுத்தவே கிறிஸ்துவர்கள் திருக் கல்லறைமுன்பாக வெறுங்காலுடன்போய் நமஸ்காரஞ்செய்தார்கள்.

சு. பிராஞ்சுக் குதிரைவீரர்களின் ஜெயங்கள்.
கப்பேசியென் வமிசத்தின் முதல் அரசர்கள்.

அஅ. அக்காலத்தில் பிராஞ்சுதேசத்தின் அரசனுக்குக் கீழ்ப்பட்டபிரபுக்கள் அநேக பிரபலஜெயங்களால் கீர்த்தி பெற்றவர்களாயிருந்தார்கள்.

அகூ. இவ்வண்ணமாய் நொர்மாந்திதேசத்தின் துய்க்பிரபு வாகிய குய்யோம் - கஎசுசு - ம். வருஷத்தில் இங்கிலீஷ் தேசத்தை ஜெயித்துக்கொண்டான்.

கூஎ. அக்காலத்தில் கப்பேசியென் இராஜ வமிசத்தின் முதல் அரசர்களாகிய உய்க்கப்பே, ரொபேர்லெப்பியே, க—வது. ஹான்றி க—வது. பிலீப்பு இவர்கள் பிராஞ்சு தேசத்தில் கீர்த்தியின்றி அரசாக்ஷி செய்துவந்தார்கள்.

சுஅ. ஆனல் மேற்சொல்லிய ரொபேர்லெப்பியே அரசன் தன்னுடைய தெய்வபக்தியினுலும் தர்மகுணத்தினுலுஞ் சிறந் திருந்தான் (உக - ம். வரலாறு.)

உக—வது, வரலாறு. ரொபேர் அரசன்.

க. ரொபேர் அரசன் எவ்வளவுபக்த்திமானயிருந்தானென்ருல் நாள் தோறும் நெடுநேரம் தேவ சங்கீதங்களே வாசித்துக்கொ 
ண்டிருப்பான் அவன் இராஜ உடைபூண்டு சிரசில் முடி தரித்துக்கொண்டு சென்தெ னிஸ்என்றமடத்துக்குஅடே கமுறைசென்று சன்னியாசி களுடன் தேவ சங்கீதம்பா டிக்கொண்டிருப்பான்.

உ. ரொபேர் எவ்வளவு (ரொபேர்லெப்பியேயும் ஏழைஜனங்களும்) தர்மசீலனை யிருந்தானென் ருல் ஏழை ஜனங்களேப்போஷித்து அவர்களுக்கு ஊழியஞ்செய்து தன் சொத்துக்களே அவர்கள் திருடிக்கொள்ளும்படிக்குச் சம்மதித்துக்கொண் டிருந்தான் அதெப்படியெனில் ஏழைஜனங்கள் அவன் அங்கியின் ஓரத்தையும் அவன் ஈட்டியில்தாங்கிஎ பொன்னுபரணங்களேயுங் கத் தரித்துக்கொண்டபோகிலும் அதற்காக அவன் கண்டிக்கிறதில்லே.

ங. ரொபேர் எவ்வளவு தாட்சியுள்ளவனுயிருந்தானென்ரூல் பெருந் திருவிழாநாட்களில் - ங00 - ஏழைஜனங்களேச் சேர்ப்பித்து நமது மீதில் அன்புபாராட்டி எவ்வளவோ அவமானமடைந்த கடவுள்மட்டில் உண்டாகிய சிநேகத்தினுல்தான் இவ்வாறு செய்கிறேனென்று அவர் களின் கால்களேக் கழுவுவான்.

எ. கிராமப்பிரிவுகள்.

கூஉ. லுய்லெகுறே என்னுங்கப்பேசியேன் வமிசத்தின் ரு—வது அரசன் முதல் இராஜரீகம் பிரபல்யமடைய ஆரம்பித்தது.

கூட. அந்தக்காலத்தில் அநேகவிடங்களில் கிராமவாசிகளானகுடிகள் தங்களுக்கு ளொன்று சேர்ந்ததினுல் கிராமங்களின் பிரிவுகள் ஏற்பட்டன.

கூச. அந்தக்குடிகள் ஒன்று சேர்ந்தது முதல் தங்களதிகாரப்பிரபுக்களுக்கு முழுமையுங் கீழ்ப்படியாதிருக்கத் தீர்மானித்து அவர்களிடத்தில் பட்டயங்கள் பெற்றுக்கொண்டார்கள். அந்த நிருபங்களினுல் கிராமப்பிரிவுகளுக்கு பிரபுவானவன் பற்பல சுதந்தரங்களையும் சுவாதீனங்களையும் அளித்தான்.

கூரு. அப்போது கிராமவாசிகள் பட்டணவாசிகளாகவே அவர்கள் கிராமங்களும் பட்டணங்களாயின (உஉ - ம். வரலாறு.)

உஉ—வது, வரலாறு. ஓர்பட்டணம் எச்சரிக்கை மணிகோபுரம் தீ அவிக்கமணி.

க. பட்டணங்கள் இக்காலத்திலிருப்பதுபோலக் கட்டப்பட்டதில்லை, வீதிகள் எவ்வளவு நெருக்கமாயிருந்தனவென்றுல் ஓர்வீட்டில் நிற்பவன் எதிர்வீட்டிலிருப்பவனுக்குக் கைகொடுக்கக் கூடுமாயிருந்தது

(பொதுஸ்தலம், நகராலோசனைவீடு, எச்சரிக்கை மணிக்கூண்டு, தண்ணீர்க்கான்.)

உ. நகருச்குள் வெளியாயிருக்குமிடத்தில் நகராலோசனை வீடும் ஊர்பொதுஸ்தலமும் கிராமப்பிரிவுக்குச் சொந்தமாகிய எச்சரிக்கை மணிக்கூடுங் கட்டியிருந்தது.

ந. மணிக்கோபுரத்திற்குள் காவற்காரனிருந்து குடிகளைச் சேர்ந்த பொதுக்காரியங்களை ஆலோசிப்பதற்காகக் கூடுஞ்சபைசளுக்கு வரவேண்டுமென்று பட்டணத்தாருக்கு மணியடித்து எச்சரிப்பதும் இராத்திரியில் தீவெளிச்சங்களை அவித்துப்போவெதற்குக் கட்டளையிடுவதற்காக தீஅவிக்க மணியடிப்பதும் தீப்பிரளயங்களைத் தெரிவிக்கும் பொருட்டு தீவரமாய் மணியடிப்பதும் கடைசியாய்ச் சத்துருக்கள் பட்டணத்தைநோக்கிவரும்போது ஆயுதமணியப்போர்ச் சேவகர்களை யழைப்பதற்காக மகா பலத்தசுப்தமாய் மணியடிப்பதும் வழக்கம்.

ச. கிராமப்பிரிவின் போர்ச்சேவகர்கள் கோட்டைச் சுவர்களுக்கு அப்பால் சேவிப்பதும் உண்டு அநேகமுறை நமது அரசர்களுக்கு உதவிசெய்து சத்துராதியுடன் சண்டைசெய்து ஜெயித்ததும் உண்டு.

அ. சூ-வது. லுய் அரசனும் சுய்ழேர் என்பவரும்.

கசு. ஜனக்கட்டு கிராமப்பிரிவுகள் பிரபுக்களுக்குச் சத் துருக்களாயிருந்து பிரபுக்கள் அரசனுக்கு இஷ்டர்களாயிரா மலிருந்ததினால் லுய் லெகுரோ என்னும் அரசன் ஜனக்கட்டு க்கிராமப்பிரிவுகளே நேசித்து வந்தான்.

கஎ. சூ-வது. லுய் தனக்குக்கீழ்ப்பட்ட பிரபுக்கள் தங் களுக்குள் சதித்தஞ்செய்து இராச்சியத்தைக் கலகப்படுத்திக் கொண்டுவந்தபடியால் அவர்கள் மூர்க்கங்களே அடிக்கடிதண் டித்தான்.

கஅ. சூ-வது. லுய் அரசனின் விவேகமுள்ள அரசாக்ஷி யில் சுய்ழேர் என்பவர் அவனுக்கு மந்திரியாகவும் மித்திர ணைகவு மிருந்தார் (உங-ம். வரலாறு.)

உங—வது. வரலாறு. சேன்தெனிஸ் நகரின் மடாதிபதியா கிய சுய்ழேர் என்பவர்.

க. அக்காலத்தில் ஓர் பண்ணையாள் கோந்த்பிரபுவாகவும் அல்லது துய்க்பிரபுவாகவும் அல்லது சாதாரண குதிரைவீரனுசவும் ஆகக்கூ டாது ஆனல் இருச்சபையதிகாரத்தில் யாவரும் பிரவேசிக்கக்கூடா யிருந்தது. ஒரு பண்ணையாள் மேற்றிராணியாரா கவும் மடாதிபதியாகவும் பாப்பானவராகவும் ஏற் பட்டி கடவுள் நாமத்தால் மன்னர்களுக்கும் அர சர்களுக்கெந் தலைமையதிகாரஞ் செலுத்தக்கூடுமொ யிருந்தாள்.

உ. சுய்ழேர் என்பவர் தாழ்மையுள்ள தொழி லாளிகள் குடிம்பத்திற்பிறந்து சேன்தெனிஸ் சன் னியாசிமடத்தில் உபகாரார்த்தமாக அங்கிரிக்கப் பட்டு அந்தமடத்தில் படித்த சூ—வது. லுய் அர சனும் அவ்விடத்தில் நேசமாயினர்.

ங. சூ—வது. லுய் அரசன் சுய்ழேர் என்பவ ரின் விசேஷ குணங்களேக்கண்டு ஆனந்தித்து சில நாட்சென்று அவளை சேன்தெனிஸ் மடத்தின் மடாதிபதியாக நியமித்து அவரது ஆலோசனை களே அநுசரித்துவந்தான் இராச்சியத்தின் பெரிய மனுஷர்கள் தொழிலாளி குமாரனுகிய இவனை இராஜகுமாரனேப்டோல் சங்கித்துவந்தார்கள்.

(சூ—வது. லுய்யுடைகு ரு அரசனின் மந்திரி யும் சேன்தெனிஸ் நக ரின் மடாதிபதியுமா கிய சுய்ழேர்.)

௫. எ—வது. லுய் அரசனும் பிலீப் ஒகுய்ஸ்த் அரசனும்.

௱௲. லுய் லெகுேறே அரசனுக்குப்பின் அவன் புத்திரன் எ—வது. லுய் அரசன் சிங்காசனமேறி அவிசுவாசிகளால் உபாதிக்கப்பட்ட கிறீஸ்துவர்களுக்குத் திருநகரத்தில் உதவியாகச்சிலுவையின் திருச்சண்டையொன்று செய்தான்.

௲00. எ-வது. லுய் அரசனுக்குப்பதிலாய் அவன் புத்திரன் பிலீப் ஒகுய்ஸ்த் அரசன் சிங்காசனமேறினன் (௲௱௮0 ௲௨௨௩)

௲0௧. ெஜருசலேமை அவிசுவாசிகள் திரும்பப்பிடித்துக் கொள்ளவே, பிலீப் ஒகுய்ஸ்த் அரசன் சிலுவையின் திருச்சண்டைக்குப் பிரயாணப்பட்டுப்போயும் திருநகரத்தை மறுபடியும் பிடித்துக்கொள்ளக்கூடாமற் போனன்.

௲0௨. அல்மானின் சக்கிரவர்த்தி அவேனாடு யுத்தஞ்செய்யவந்தபோது புவீன் என்ற கிராமத்தில் பெருஞ்சண்டை நடந்தகாலத்தில் கிராமப்போர்ச்சேவகர் துணையைக்கொண்டு அந்தச்சக்கிரவர்த்தியை ஜெயித்தான் (௲௨௧௪) (உ௱ம். வரலாறு.)

உ௬—வது, வரலாறு. புவீன் என்ற கிராமத்திற் சிறைப் பட்டவர்கள்.

௧. புவீன் கிராமத்தின் ஜெயம் விளம்பரமானவுடனே இராச்சியத்தில் அத்தியந்த சந்தோஷ கோஷ்டமுண்டாயிருந்தது, அரசன் பாீஸ் நகரத்திற்குத் திரும்பிவந்த போது பலதிக்குகளிலிருந்தும் உழவர்கள் பயிரழுத்துக்கொண்டிருந்ததை விட்டுச்சந்தோஷக்குரலோடி அவனே உபசரிக்கவந்தார்கள்.

உ. தங்கள் அரசனுக்குத்துரோகஞ்செய்த சிறைகளைப்பார்த்து அவர்கள் நகைத்தார்கள். கரங்களில் விலங்கிட்டு ஓர் கட்டைவண்டி

(பிலீப்பு ஒகுய்ஸ்த் பெர்ரான் என்பவனே நாட்டிப்புரத்தார் பரிகாசஞ்செய்யவிடுதல்.)

யில் கொண்டுவரப்பட்ட பிளாந்தர் ஊரின் கோந்த் பிரபுவாகிய பெர்ரான் என்பவனேநோக்கி பரிகாசமாக பெர்ரான் என்பவனீன் நீ விலங்கிடப்பட்டிருச்சிருயென்று பேரோலசயாய்க் கூவினர்கள்.

க0. அர்ச். லுய் என்னும் அரசன் (கஉஉசு-கஉஎ0) அர்ச். லுய் என்னும் அரசனும் பிளான்ஷ்தெகஸ்தீய் அம்மாளும்.

க0சு. பிலீப் ஒருப்ஞ்த்துக்குப்பதிலாக அ—வது. லுய் பட்டாபிஷேகம்பெற்று - ௫ - வருஷம் அரசாக்ஷி செய்தான் (கஉஉங - கஉஉசு.)

க0ரி. அ—வது. லுய்யுக்குப்பதிலாய் கூ—வது. லுய் அல்லது அர்ச். லுய் அரசனுஞர் (கஉஉசு - கஉஎ0.)

க0சூ. அர்ச். லுய் வாலிபமாயிருந்தபோது அவர் பிதா யிறந்துபோனர் அவர் சிறு பிராயத்தில் பிர்தி ராஜ்ரீகம் அவர் தாயாராகிய பிளான்ஷ்தெகஸ்தீய் அம்மாளுக்குக் கிடைத்தது.

க0எ. பிளான்ஷ்தெகஸ்தீய் அர்ச். லுய் அரசீன கிறிஸ்து வேத ஒழுக்கத்தின்படி வளர்த்துவந்தாள் (உறு-ம். வரலாறு.)

உறு-வது, வரலாறு. அர்ச். லுய் அரசனின் கல்விப்பயிற்சி.

க. பிளான்ஷ் அரசி தன் குமாரனே விசேஷப்த்துரசலாய் நேசித்த போதிலும் அர்ச். ஞானப்பிரகாச ராஜாவாகவேண்டிய குழந்தையை நிர்தாக்ஷிணியமாய் வளர்த்தாள். அவர்பிசகி நடச்சும்போது அவளை சிக்ஷை செய்யும்படியாக அவருடைய உபாத்தியாயர்களுக்கு உத்திரவுகொடுத்திருந்தாள்.

உ. துர் வசனங்களையுந் துர் நினைவுகளையுந் துர்க்கிரிகைகளையும் அவர் அருவருக்கும்படி. யாய்ச் செய்வித்தாள்.

ங. ஒர்காள் அவள் சொன்னதென்னவென்றால் சகல அநித்தியவஸ்துக்களுக்கும் மேலாக என்குமாரனே நேசிக்கிறேன். ஆனல் அவன் வியாதியினல் அவஸ்தையாயிருந்து ஒர் சாவானபாவத்தினல் சீர ஆரோக்கியத்தை அடையக் கூடமாயிருந்தால் பாவத்தினல் கடவுளுக்குத் துரோகஞ்செய்வதைப்பார்க்கிலும் அவன் இறந்துபோவது எனக்கு அதிக பிரியமாயிருக்குமென்றுள்.

சு. விசேஷமாய் நீதியின் அத்தியந்தநேசத்தையும் துஷ்ட ஜனங்கள் செய்யும் துன்மார்க்கங்களைக் கண்டிப்பதற்கும் அரசர்களுக்குவேண்டிய திடத்தையும் விசேஷமாய் அவருக்குப்போதித்தாள்.

(பிளான்ஷ்தெகஸ்தீய் அர்ச். லுய் அரசனுக்குக் கற்பித்தல்.)

கக. அர்ச். லுய் அரசனின் அரசாக்ஷி.

௬0அ. கூ—வது. லுய் அரசன் ஓர் அர்ச்சியசிஷ்டருக் குரிய சகலபுண்ணியங்களாயும் உடைத்தாயிருந்தார் அவர் தன் இராச்சியத்தைக் கிறிஸ்துவேத ஒழுங்கில் பரிபாலனஞ் செய்து அதில் சமாதானஞ் செழித்தோங்கச்செய்தார் அதில் நீதியைக்கண்டிப்பாய் நடத்திவந்ததுமல்லாமல் தானுங்கண் டிப்பாய் நீதிசெலுத்திவந்தார் (உ௪ - ம். வரலாறு.)

க. பிலீப் ஒகுய்ஸ்த் அர்ச். லுய் இய்வரசர்களுக்கு மூன் இராஜாவுக் குக்கிழ்ப்பட்ட பெரியபிரபுக்கள் சகலமும் தங்களிஷ்டப்படி செய்யலா மென்றெண்ணி தங்கள் வியாச்சியங்களைத் தீர்க்கிறதற்கு ஒருவருக்குஞ் சுதந்தரிகமில்லையென்று எண்ணியிருந்தார்கள் அரசனுக்ருக் கிழ்ப் பட்ட பிரபுக்களுக்குமேலாய் அரசன் இருந்தானென்று இவ்யிரு அரசர் களும் அந்தப்பிரபுக்களுக்கு எச்சரித்தார்கள்.

உ. கூ—வது. லுய்க்கு கீழ்ப்பட்ட பிரபுக்களில் ஒருவன் தனக்கு சுவாதீனமான காமிகளில் வேட்டைப்பிரியங்கொண்டு நுழைந்த மூன்று மனிதனை ஆராய்ச்சிசெய்யாமற் கொல்லுவித்தான் அதற்காக அரசன் அந்தப் பிரபுவைப்பிடித்துச் சிறையில்வைத்தான்.

ந. மற்றப்பிரபுக்கள் அதைக்கண்டு பிர்மித்து அவர்களிலொருவன் பரிகாசமாசச் சொன்னதென்னவென்றால் நான் அரசனையிருந்தால் எனக்குக்கிழ்ப்பட்ட பிரபுக்களையெல்லாந் தூக்கில் போட்டுவிடச்செய் வேனென்றான். அர்ச். லுய் அதற்கு மறுமொழியியாக நானப்படி தூக்க இல்போட்டுவிடமாட்டேன அவர்கள் துர்ச்கிரிகைகள் செய்தால்மாத் திரம் அகத்தியம் அவர்களைக் தண்டிப்டேனென்றுசொன் னூர்.

(லுய் அரசன் ஷேன்மரத்தடியில் நியா யந்தீர்த்தல்.)

ச. யாதொரு அநீதத் தைக்குறித்து முறையிட வேண்டியவர்கள் கவலிச்க வும் நல்ல அரசனிடத்தில் சொல்லிக்கொள்வார்கள் அ ரசன் இருக்கோவிலின் படி களிலாவது வேன்சேன் என் கிற காட்டில் ஒரு ஷேன் என்ற மரத்தின் அடியிலா வது உட்கார்ந்துச்கொண்டு தன்னிடத்தில் வந்தவர்களுச்செல்லாம் அடிக்கடி நியாயந்தீர்ப்பது வழு க்கமாயிருந்தது.

சு. இவ்வகையில் இராச்சியபாரம் நாளுக்குநாள் பிரபுக்களுச்கு மேலாயுயர்ந்தது அப்பொது ஏழைஜனங்களுக்கும் நிற்பாச்கியர்களுக கும் ஆதரவும் அடைக்கலமுமாயிருந்தது.

கஉ. அர்ச். லூய் அரசனின் ஜூ-வது. சிலுவைத் திருச்சண்டை.

க0கூ. அர்ச். லூய் அரசன் இரண்டுமுறை அவிசுவாசிகள் பேரில் யுத்தஞ்செய்தார்.

கக0. முதல்முறை ஏக்மோர்த் என்னும் நகர்சமீபத்தில் கப்பலேறி அவிசுவாசிகளுக்குச் சொந்தமாயிருந்த எழீப்த் தேசத்தைநோக்கிச்சென்று தமியேத் நகரத்தைப்பிடித்து முந்த முந்த ஜெயங்கொண்டு பின்பு தோர்வையடைந்து சிறையில்வைக்கப்பட்டார் (உஎ—ம். வரலாறு.)

உஎ—வது, வரலாறு. அர்ச். லூய் அரசனின் ஜ்ரு—வது. சிலுவைத்திருச்சண்டை.

க. அர்ச். லூப் அரசன் சிறையிலிருந்தபொது திடச்சித்தமுள்ள வராயிருந்தார் அவர் கடினவியாதியாயிருந்தபோதிலும் ஓர் முறைப் பாஷிஞ்சொல்லாமல் பகல்பொழுதுகளில் சங்கிதப்புஸ்தகத்தை வாசித் துக்கொண்டிருந்தார்.

உ. அவிசுவாசிகளின் அதிபதியாகிய எழீப்த் தேச த்து அரசன் அந்த இராஜா வினிடத்தில் மீகூறியின் அப ராதமாகப்பெருந் தொகையை ப்பெற்றுக்கொள்ள எண் ணங்கொண்டு விலையேறப் பெற்ற ஆடை யாபரணங்க ளை அவருக்கு வெகுமான மாக அனுப்பினுன் அர்ச். லூய் அரசன் அவைகளேயே 
(லூய் அரசன் சிலுவையின் திருச்சண் ற்றுக்கொள்ளாமல் எழீப்த் டைக்குப்பிரயாணமாக ஏக்மோர்த் பட்ட தேசத்திலும் பெரிய இராச்சி ணத்தில் கப்பலேறுகிறது.)
யத்துக்குத் தான் தூலவனெ ன்றும் தனக்கு வெகுமானம் வேண்டவெதில்லையென்றும் மறுமொழி சொல்லியனுப்பினர்.

ங. நுலுக்க அரசன் அவனா ஓர் கூண்டிலடைத்து ஊர்க்கோலஞ் செய்வித்துக் கொடியவார்தனைகளால் அவர் இறக்கும்படி செய்வதாக மிரட்டினன். அர்ச். லூய் அரசன் அதற்குபதிலாக துலுக்க அரசனிடத் தில் தான் சிறைப்பட்டிருப்பதால் தன்ணை அவனிஷ்டப்படி நடப்பிக் கலாமென்று மறுமொழிசொன்னுர்.

ச. கடைசியாய்ப் பிராஞ்சுதேசத்திஜ் அரசனின்திடச்சித்தத்தைக் கண்ட ஜெயவீரனுக்கு ஆச்சரியமுண்டாயிருந்தது அர்ச். லூப் அரசன் தன்னயும் தன் குணைவீரர்களையும் தொகையளித்து சிறைமீட்டுக் கொண்டு திருக்கேஷத்திரத்தில் இன்னமும் கிறிஸ்துவர்கள் வாசமாயிருந்த சில பட்டணங்களைத் தரிசிக்கப்போய் பிராஞ்சுதேசத்திற்குத் திரும்பி வந்தார். (ரு)

கங. அர்ச். லுய் அரசனின் உ-வது. சிலுவைத் திருச்சண்டை.

கககக. உ—வது. சிலுவைத்திருச்சண்டையில் அர்ச். லுய் அரசன் அவிசுவாசிகள் அதிகாரத்துக்குள்ளிருந்ததும் விஸ தாரமானக் கொள்ளூக்கப்பற்காரர் வசித்திருந்ததுமான துய்னீஸ் நகரத்தைநோக்கிச்சென்றூர்.

கககஉ. துய்னீஸ் பட்டணத்தருகில் கொள்ளூநோயால் இறந்துபோனூர் (கஉஎ0) (உஅ-ம். வரலாறு.)

உஅ-வது, வரலாறு. அர்ச். லுய் அரசனின் மரணம்.

க. கொள்ளூநோயானது கிறிஸ்துவப்படையில் புகுந்து அர்ச். லுய் அரசனின் ஓர் குமாரணைக்கொன்றதுடன் அரசனுக்கும் பற்றிக் கொண்டது.

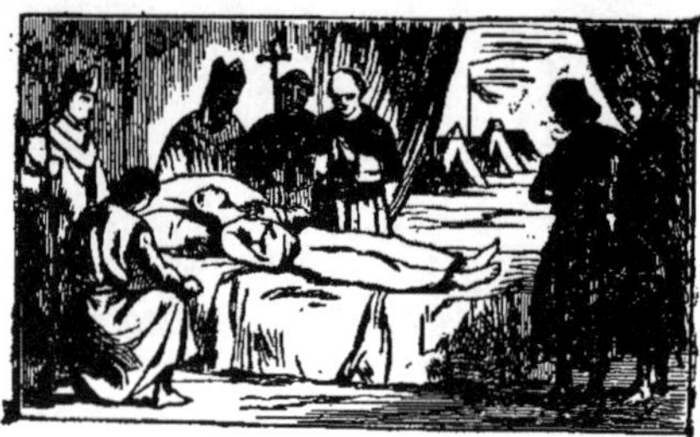

(லுய் அரசன் துய்னீஸ் நகரருகில் மரண மடைதல்.)

உ. அரசன் கால் நிலத்தில் பாவக்கூடாத அந்தஸ்தில் வருகிறவனாக்கும் நோயாளிகளைத் தரிசித்துக்கொண்டேம் நீதிசெலுத்திக்கொண்டேம் வந்தார்.

ங. தனக்குப் பதிலாய் வரவேண்டிய தன்குமாரன் பிலீப்பு என்பவளை தன்னருகிலழைத்து அவளைநோக்கிச் சொல்லுகிறூர் என் மகனே கடவுளை முழுமனதுடன்நேசித்திரு, ஏழைஜனங்கள்மட்டிலும் தாழ்மையடைந்தவர்கள்மட்டிலுஞ் சாத்தீகமாகவும் இரக்கமுள்ளவனுகவுமிரு. இராச்சியத்தில்வழங்கும் நல்ல வழக்கங்களை நிலைபெறச்செய், உன் பிரசைகள்பேரில் அதிக இறைவரிகளைச்சுமத்தாதிரு, யுத்தங்களையும் உன் பிரசைகளுக்குள் எழும்படும் சண்டைவிரோதங்களையும் அமர்த்து என்று குமாரனுக்குப் புத்தி கூறினூர்.

ச. திருச்சபையின்தேவத்திரவிய அனுமானங்கள் தனக்குக்கிடைக்கும்படியாகக்கேட்டு புத்திதெளிவோடு அவைகளையடைந்து அவஸ்தை யாயிருப்பவர்களுக்குச் செய்யுஞ் ஜெபங்களுக்குத் தெளிவான சப்தத் தோடு மறுமொழிசொன்னூர்.

ரு. பின்பு தன் மார்பின்பேரில் கரங்களைவைத்து வானத்தைநோக் கிப்பார்த்து கடவுளுக்குத்தன் ஆத்மாவை ஒப்புவித்தார்.

கசு. அர்ச். லுய் அரசனுக்குப்பதிலாய் வந்த வர்கள். சமரசச்சாதாரணச் சங்கங்கள்.

ககந. அர்ச். லுய் அரசனுக்குப்பின்பு துணிகரமுள்ளவ னென்றுசொல்லும் ந—வது. பிலீப்பும் அழகுள்ளவனென்று சொல்லும் ச—வது. பிலீப்பும், ச—வது. பிலீப்பின் மூன்று குமாரர்களாகிய க0—வது. லுய்யும் நு—வது. பிலீப்பும் ச—வது. ஷார்லும். அண்டிக்கொண்டுவந்தார்கள் (கஉஎ0, ககஉஅ.)

ககசு. இவ்வரசர்கள் ஆளுகையில் அரசாஙூதி எல்லூ யோடு, துலூஸ், புவாத்து, ஷம்ப்பாஞ் முதலியபுதுவூர்கள் சேர்ந்தன.

ககநு. அரசனுக்குக்கீழ்ப்பட்டிருந்த பெரிய பிரபுக்களின் தொகை எப்பொழுதும் குறைந்துக்கொண்டுவர அரசர்களின் வல்லபம் மென்மேலும், பலங்கொண்டுவந்தது.

க. பிரான்மார்கள் ஜெர்மானி தேசத்திலிருந்தகாலத்தில் போர்வீரர் கள.யாவருங் கூட்டமாய்க்கூடி அந்தச்சபைகளில் பொதுஜனங்களுக் குரிய காரியாகாரியங்களே அதாவது யுத்தஞ்செய்யவேண்டியதற்கும் அதைச் செய்யாமலிருப்பதற்கும் வாதிப்பது வழக்கம்.

உ. பிரான்மார்கள் கோல்தேசத்தில் ஸ்தாபகமானபோது இவ்வித மாய்க் கூட்டங்கூடிஇற்வழக்கத்தை நடத்திவந்தார்கள் ஷார்ல்மாஞ் சக்ர வர்த்திசாலத்தில் வருஷந்தோறும் பெருஞ்சபைகள் கூடிகிறதும் அவை கஞுக்காக இராச்சியத்தின் பலதிக்குகளிலிருந்து போர்வீரர்கள் வருகிற தும் வழக்கமாயிருந்தது.

ந. கப்பெசிம்யன் வமிசமூதல் அரசர்கள் ஆளுகையில் பிராஞ்சு தேசமானது அநேகம் பிரிவுகளாயிருந்தபடியால் அந்தக்கூட்டங்கள் கூடாமல் நின்றுவிட்டன.

ச. பிராஞ்சுதேசத்தின் அரசன் தன் அதிகாரத்துக்குட்பட்ட பிர புக்களே தன் அரண்மனையிற் கூட்டுவிப்பது வழக்கமாயிருந்தது. நொர் மாந்தி, பிொத்தாஞ் என்ற ஜில்லாக்களின் துய்க் பிரபுக்களும்; ஷம்ப் பாஞ், துலூஸ் என்ற ஜில்லாக்களின் கோந்த் பிரபுக்களும் இவ்வகை யாய்க் கூட்டங்கூடிவது வழக்கம ஆகையால் பிராஞ்சுதேசமானது அநேக சிறு பிரிவுகளாகப்பிரிந்து அநேக சிறுகூட்டங்களேயும் கொண் டிருந்தது.

நு. பிலீப் லெபேல் ஆளுகையில் இந்தப் பிராஞ்சுதேசப்பிரிவுள் அரசனுடைய இராச்சிய எல்லூக்குட்சேரவே பிராஞ்சுதேசம் திரும்ப வும் ஒர்பெரிய தேசமாயிற்று.

ககசூ. நாட்டுப்புறத்தார் பட்டணத்தாராயானபின்பு முன் போல் அவமதிக்கப்பட்டதில்லை.

ககள. முதற்கூடிய சமரசச்சாதாரணசங்கங்களுக்குபிலீப் லெபேல் என்பவன் ஆக்யாபீனையின்பேரில் அவர்களும் ஸ்தாளுபதி யனுப்பினார்கள். கஉ0௨ (உகூ-ம். வரலாறு.)

நூறுவருஷ யுத்தம்.

கரு. கிரேசி, புவாத்தியே, என்னும் நகர்களின் அபஜெயங்கள்.

ககஎ. அழகுள்ளவனென்றுசொல்லும் சா—வது. ஷார்ல் அரசன் இறந்துபோகும்போது அவனுக்கு ஒரே புத்திரிமாத் திரமிருந்தாள் (கஉஉஅ.)

ககக. பெண்கள் அரசாளக்கூடாதென்று தீர்மானித்தார் கள் சா—வது. ஷார்ல் அரசன் உடன்பங்காளியாகிய பிலீப் ெதவலுவா என்பவன் சா—வது. பிலீப் அரசனென்று நாமங் கொணடு சிங்காசனமேறினுன் (கஉஉஅ.)

உகூ—வது. வரலாறின் துடர்ச்சி.

சூ. பிலீப் லெபேல் பழையகூட்டங்களை திரும்பவும் ஸ்தாபிக்கா மல் ஸ்தாளுபதிகளை நியமித்துத் தன்னிடத்தில் அனுப்பிவைக்கும் படியாகக் குருக்களுக்கும் உயர்குலத்தோருக்கும் ஆக்யாபித்தான்.

எ. ஜனக்கட்டுக்கிராமப்பிரிவுகள் விசேஷபெருமையடைந்தபடியால் அவர்களும் ஸ்தாளுபதிகள் அனுப்பவேண்டியதென்றுஆக்யாபித்தான்.

அ. குருக்கள் உயர்குலத்தோர் ஜனக்கட்டுக் கிராமத்தார் இவர்க ளால் அனுப்பப்பட்ட ஸ்தாளுபதிகள் கூடிய கூட்டத்திற்கு மூன்று அந்தஸ்துள்ளவர்கள் கூடியதால் பொதுச்சஞ்சமென்றுபெயர்வழங்கிற்று

கூ. மூன்று அந்தஸ்து அல்லது மூன்றுவிதத்தன்மையென்பது என் னவென்றுல்,குருக்கள் அந்தஸ்தொன்று, உயர்குலத்தோர் அந்தஸ்தொ ன்று இவ்விரண்டுடன் மூன்றுவதுஊர்க்குடிசள் அந்தஸ்தொன்றுமாம்.

க0—வது, வரலாறு புவாத்தியே நகரத்தின் அபஜெயம் (கஉருசூ.)

க. பராக்கிரமமுள்ள குதிரைவீர்களாயிருந்த பிலீப் அரசனும் ஜான் அரசனும் அவர்கள் ஆளுகைக்குப்பட்ட மற்ற உயர்குலத்தோ ரும் புவாத்தியேநகரத்தில் மிகுந்ததைரியத்துடன் யுத்தஞ்செய்தார்கள்.

உ. ஆயினும் பிலீப்பும் ஜானும் இங்கிலீஷ்காரரால் தோர்வை யடைந்து அநேகமுறை பிராஞ்சுப்படை கொஞ்சஜனமுள்ள இங்கி லீஷ்படையினுல் ஜெயிக்கப்பட்டது.

ந. அதெனெனில் இங்கிலீஷ்காரர்கள் தங்கள் சேனைத்தலைவர் களுக்குக்கீழ்ப்படிந்து தங்கள்வரிசையை விடாமல் நின்றுக்கொண்டு நல்ல சமயம்பார்த்துப் போர்செய்வதுவழக்கம் பிராஞ்சுக்காரரோவென் றுல் அப்படிச்செய்யாமல் சத்துருவினிடத்தில் முன்னேயோடித் தலை கொடுத்துத் நாறுமாறுயடித்துக்கொண்டிருப்பார்கள்.

௧௨0. ஆனால் இங்கிலீஷ்தேசத்தின் அரசனிய ௫ - வது. எதுவார் பிராஞ்சு மன்னவதியின் குமாரனையிருந்தபடியால் ௬—வது. பிலீப் அரசனின் கிரீடத்தை அபகரித்துக்கொள்ள வாதாடினன்.

௧௨க. இந்தக்காரணத்திற்காக ஓர்யுத்தம்ஆரம்பித்து அது நூறு வருஷத்திற்கு அதிகமாய் நீடித்தபடியால் அதற்கு நூறுண்டு யுத்தமென்று பெயராயிற்று.

௧௨உ. பிராஞ்சுதேசத்தரசர்கள் முந்த முந்த மிகுந்த துன்பத்தையடைந்தார்கள். ௬—வது. பிலீப் அரசன் கிரேசி நகரில் இங்கிலீஷ்காரரால் ஜெயிக்கப்பட்டான் (௧௩௪௬) அவன் குமாரனைய மான்லெபோன் புவாத்தியே நகரத்தில் தோர்வையயடைந்தான் (௧௩௫௬) (௫0 - ம். வரலாறு.)

௫0—வது. வரலாறின் துடர்ச்சி.

---

௧. புவாத்தியே நகரத்தில், ௫0,000 பிராஞ்சுக்காரர்கள், க0,000 இங்கிலீஷ்காரர்ளோடு யுத்தஞ்செய்தார்கள். இங்கிலீஷ்காரர்கள் ஓர் குன்றின்பேரில் ஸ்தாபகமாகித்தங்களை நன்றுய்ப்பலப்படித்திக்கொண்டு பிராஞ்சுக்காரர்களுடன் எதிர்யுத்தஞ்செய்தார்கள் பிராஞ்சுக்காரர் வரி சையையிட்டு விலகியோட ஆரம்பிக்கவே இங்கிலீஷ்கா ரர் அது நல்ல சமயமென்று கண்டு பிராஞ்சுக்காரர்படை யின்பேரில்விழுந்து அதை முறியடித்தார்கள்.

௨. மான் அரசன் எப் பக்கத்திலும் நெருங்குண்டு வெறுந்தலையாய் முகத்தில் காயம்பட்டு இரத்தமோட யுத்தஞ்செய்தான்.

௩. அவர் குமார்களிலொ ருவன் - ௧௪ - வயதுபாலனு

(மான் அரசனும் அவன்புத்திரர்களும் புவாத்தியேநகரருகில் நடத்தியசண்டை.)

யிருந்தும் பயப்படாமல் அரசனருகில் நின்றுக்கொண்டு சத்துரு அதிக சமீபத்தில்வருவதைத் தகப்பனுக்கு எச்சரித்து அவ்னைநோக்கி அப்பா இடதுபுறம் பத்திரமாயிருங்கள் வலதுபுறம் பத்திரமாயிருங்களென்று கூவினன்.

௪. கடைசியாய எதிரியிடத்தில் கைதியாகவேண்டியிருந்தது இங் கிலீஷ்படைக்குத் தளக்கர்த்தனயிருந்த இங்கிலீஷ் இராஜபுத்திரன் சிறைப்பட்ட இந்த அரசனை மரியாதையோடி வரவழைத்துத் தன் கையால் அவனுக்கு விருந்துபரிமாறி தன் குதிரைவீரரால் பராக்கிரம வீரனென்கிற பட்டமும் அவனுக்களித்தான்.

௧௬. ௫—வது. ஷார்ல் அரசனும், ௬—வது. ஷார்ல் அரசனும்.

௧௨௩. ஜூன்லெபோன் அரசனின் குமாரனகிய விவேக சாலியென்று சொல்லப்படும் ௫—வது. ஷார்ல் அரசன் இங்கிலீஷ்காரர்வசமாகிவிட்ட இராச்சியத்தை சற்றேறக்குறைய முழுதும் ஜெயித்துக்கொண்டான்.

௧௨௪. அவ்வரசன் பிரத்தோன் சாதியுமாய் சாமர்த்தியமுள்ள படைத்தலைவனுமாகிய துய்கெஸ்கிளேன் உதவிபெற்று அவனை பிராஞ்சுதேசத்திற்குச் சேனதிபதியாக நியமித்தான்.

௧௨௫. ஆனல் ௬—வது. ஷார்ல் அரசன்காலத்தில் இன்னும் வேறேதுன்பங்கள் பிராஞ்சுதேசத்திற்குச் சம்பவித்தன இவ்வரசன்-௧௩௬௨.-ம். வருஷத்தில் பைத்தியக்காரனயினன்.

௧௨௬. இராச்சியமானது உள்நாட்டுச்சண்டைகளினலும் பஞ்சத்தினலுங் துன்பமடைந்தது. பிராஞ்சுக்குதிரைவீரர்கள் அஜென்கூர் என்ற கிராமத்தின் சமீபத்தில் தோர்வையடைந்தார்கள் (௧௪௧௫.)

௧௨௭. ௬—வது. ஷார்ல் அரசன் தன் குமாரனுக்குண்டாயிருந்த சுதந்தரத்தைநீக்கி இங்கிலீஷ்தேசத்தின் இராஜா வாகிய ஹான்றி என்பவனைத் தனக்குச்சுதந்தரவாளனுகத் தெரிந்துக்கொள்ள உடன்பட்டான் (௧௩௧ - ம். வரலாறு.)

௧௩௧—வது, வரலாறு. சேன்தெனிஸ் நகரின் நிலவறைகளில் ௬—வது. ஹான்றி என்பவன் அரசனுகநியமிக்கப்படுதல்.

௧. நிற்பாக்கியமுள்ள பைத்தியங்கொண்ட அரசன் இறந்தபோது பிராஞ்சுதேசமானது எப்படியாகுமென்று நிதானிக்கக்கூடியொயில்லை. ஏனெனில் ௬—வது. ஷார்ல்அரசன் ஷார்ல் என்ற தன்குமாரனைச்சுதந்தரத்தைவிட்டுநீக்க இங்லீஷ்காரரால் உடன்பட்டிருந்தான்.

(இங்கிலீஷ்தேச அரசனுகிய ௬—வது. ஹான்றி என்பவனை பிராஞ்சுதேச அரசனுக சேன்தெனிஸ் என்னும் நிலவறைகளில் கட்டியக் காரன் கூவுகிறது.)

௨. ஓர் இங்கிலீஷ் மனனவான் சேன்தெனிஸ் சன்னியாசிகள்மடத்தில் ௬—வது. ஷார்ல் அரசனின் பிரேதத்தைக் கொண்டுபோகச்செய்தான். பிரேதம் நிலவறையிலிறக்கப்பட்டவுடனே ஓர்கட்டியயதத்தலைவன் உரத்தசப்தமாகக்கூவி கடவுள் கிருபையால் நமது மேலான ஆண்டவனும் நமது பிராஞ்சுதேசத்திற்கும் இங்கிலீஷ்தேசத்திற்கும் அரசனகிய ஹான்றி என்பவருக்கு நீடியவயது இடைக்கவேண்டியிடுதென்று கூச்சுரலிட்டு வசனித்தான்.

கள. ஜோன்ந்தார்க் அம்மாள் (ஈசஉஉ - கசசுக.)

கஉஅ. சூ—வது. ஷார்ல் அரசன்புத்திரனுகிய எ—வது. ஷார்ல் அரசன் (சஈஉஉ-கசசுக) சில அரண்மனைகளாயும் சில பட்டணங்களாயுமாத்திரம் அநுபவித்துக்கொண்டிருந்தான் ஆகுல் பிராஞ்சுதேசமானது இப்பெருந்துன்பத்தினின்று ஓர் நாட்டுப்புறத்துப் பெண்ணினுல்மீட்கப்படவேண்டியிருந்தது.

கஉக. அவள்தான் ஜோன்ந்தார்க் அம்மாள் (ஙஉ-ம்.வரலாறு.)

ஙஉ—வது, வரலாறு. தோன்ரெமி என்னுங்குப்பத்தின் ஜோன்ந்தார்க்.

க. கசகஉ-ம், வருஷத்தில் ஷம்ப்பாஞ், லொரேன் என்னுமூர்களின் எல்லைகளிலிருக்கும் ஓர் சிறுகிராமமாகிய தோன்ரெமி என்னுமிடத்தில் ஒரு பெண்குழந்தை பிறந்தது. அவளுக்கு ஜோன் என்று நாமந்தரித்தார்

(ஜோன்ந்தார்க் அசரீரிவாக்கியங்களைக் கேட்டல்.)

கள் அவள் தந்தை ஜோன்தார்க்கும் அவள் தாய்இஸாபெல் ரோமேயும் ஏழ்மையான நாட்டுப்புறத்தார்களா யிருந்தார்கள்.

உ. ஜோன்மிகுந்த தேவ பக்தியுள்ளவளாயிருந்து அடிக்கடி கோவிலுக்குப்போய்க்கொண்டும் அல்லது ஆடு சன்மேய்த்திருந்த கழனிகளுக்குமதியில் ஜெயதோத்திரஞ் செய்துக்கொண்டும் துூலவில் கோவில்மணிகள் அடிப்பதை ஆசையுற்றுக் கேட்டுக்கொண்டு மிருப்பாள்.

ங. ஓர்நாள் அவளுக்கு ஒரு பெரிய பிராகாசந்தோற்றமாகி ஓர் அச ரீரிவாக்கியம் அவளுக்குக் கேட்கப்பட்டு நற்குணமும் விவேகமுமாயிருக் கும்படியாக அவளுக்கு அறிக்கையாச்சுது அப்போது அவளுக்கு பதின் மூன்று வயதிருக்கும் அதறகுப்பின்பு இன்னமும் சில அசரீரிவாக்கியங் களே அவள் கேட்டதுமன்றி அர்ச். கத்தெரின் அம்மாளும் அர்ச். மரி கரீத் அம்மாளும் அதிதூதராகிய மிக்கேல்சம்மனசும் அவளுக்குத் தரி சனையாளர்கள்.

ச. பிராஞ்சுதேசத்தின் துன்பங்களைக்குறித்து அசரீரிவாக்கியம் அவ ளிடத்தில் பேசினதுமன்றி ஷார்ல் அரசனுக்கு உதவியாக யுத்தத்திற் குப்போகும்படியாகவும் அவளுக்குச்சொல்லியது அசரீரிவாக்கியங்கள் மூந்த மூந்த மகாமதுரமாய் ஜோன் என்னும் பெண்ணே நீ பிராஞ்சு தேசத்திற்குப் போகவேண்டுமென்று சொல்லியது.

ரு. ஜோன் என்னுங்கன்னிகை யதைத்தடித்து என்னசொல்லுவா ளென்றுல் நாடொரு ஏழ்மையான பெண் எனக்கு குதிரை ஏறவுந்தெரி யாது போர்வீரர்களை நடத்தவுந்தெரியாதென்று சொல்ல அசரீரிவாக் கியம் அவளுக்கு மறுமொழியாக அர்ச். மரிகரீத்தும் அர்ச். கத்தெரினும் உனக்குத் துணையாகவருவார்களென்று சொல்லியது.

கஅ. ஷிணேன் என்ற நகரில் ழான்ந்தார்க்.

கந0. இங்கிலிஷ்காரர்கள் ஓர்லெயான முற்றுகைபோட்
டபோது அந்தப்பட்டணம் தோர்வையடைகிற அந்தஸ்தி
லிருந்தது.

கநக. ஆஞல் ழான்ந்தார்க் ஷிணேன் நகரிற்சென்று அவ்
விடத்திலிருந்த எ—வது. ஷார்ல் அரசணக்கண்டு ஓர்லெ
யான பிரக்ஷிக்கும்படித் தன்ணை கடவுள் அனுப்பினதாகத்
தெரிவித்தாள் (நந - ம், வரலாறு.)

கநஉ. அதற்கு ஷார்ல் அரசன் ஓர்பட்டாளத்திற்கு அவ
ணத் தலைவியாக நியமித்தனுப்ப அவளும் ஓர்லெயா நகரத்
துக்குச்சென்றுள்.

நந—வது, வரலாறு. ஷிணேன் என்ற நகரில் ழான்ந் தார்க் கன்னிகை.

க. இங்கிலீஷ்காரர்கள் ஓர்லெயான் நகரைத்தாக்கியபோது அசரீரி
வாச்கியம் ழான் அம்மாணைநோக்கி தீவிரப்படி தீவிரப்படி என்று அதிக
துரிதமாய்ச்சொல்லவே அவளுங் கீழ்ப்படிந்தாள்.

உ. அவள் சிற்றப்பன்மார்களில் ஒருவணத் துணைக்கொண்டு பிராஞ்சு
தேசத்தின் அரசனுக்குப்பதிலாக பொதிரிக்கூர் என்பவன் தளக்கர்த்தை
யிருந்த வோக்குலேர் என்ற நகருக்குச்சென்றுள்.

(ழான்ந்தார்க் ஷிணேன் நகரில் அரண
மண உத்தியோகஸ்தர்கள் மத்தியில்
அரசணக் கண்டுபிடித்தல்.)

நட. பொதிரிக்கூர் என்ப
வர் வெகுநேரமாலோசித்து
ழான் அம்மாளுக்குப்பரிவார
ங்களைக்கொடுக்க அவைசள்
ஷிணேன் நகரம்வரைக்கும்
அவளோடு கூடப்போயின
அவ்வூரிலிருந்த எ—வது.ஷார்
ல் அரசன் கூட்டங்கூடியிரு
ந்த அணேகமணிதருக்கு நடுவி
ல் ஒளிந்திருந்தான். அவள்
அரசணயுடனே கண்டுபிடி
த்துக்கொண்டு அவனுக்கு மு
ன்பாக முழந்தாளிட்டாள்.

சு. கன்னிகை அரசணைநோக்கி கடவுளால்தான ஏவப்பட்டுவந்த
தாகவும் ஓர்லெயான்நகரத்தைத்தான் ரக்ஷிப்பதாகவும் இங்கிலீஷ்கார
ரைத் துரத்திவிடுவதாகவும் அரசனுக்கு வெளிப்படுத்தினுள் அதே
ஒன்றூல் இங்கிலீஷ்காரர்கள் தங்கள் தேசத்துக்குப்போய்விடுவது
கடவுளுக்குச்சித்தமென்று சொன்னுள்.

நு. அவள் அரசனுக்கும் மந்திரிகளுக்குஞ் சாஸ்திரிகளுக்குந் தன்
மட்டில் சந்தேகமாயிருந்த யாவருக்கும் நம்பிக்கைவருவித்து யுத்த
வீரணப்போல் ஆயுதம்பூண்டு போர்வீரர் படைகளுக்குத் தலைவியாகப்
பிரயாணப்பட்டாள்.

கக. ழ்மான்ந்தார்க் ஓர்லெயானைமீட்டு எ—வது. ஷார்லெ ரேம்ஸுக்கழைத்துப்போதல்

கஉ. சிலநாட்களுக்குள்ளாக ழ்மான் அம்மாள் ஓர்லெயான்நகரத்தை விடுதலைசெய்தாள் (கசஉசு) (நசு — ம். வரலாறு.)

கஉ. தூர் நகரத்திற்குச்சென்று அங்கிருந்த அரசனையழைத்துக் கொண்டுபோய் இங்கிலீஷ்காரர்களைத்தாக்கி அவள்போனவழியில் அநே கபட்டணங்களை மீட்டுக்கொண்டு ரேம்ஸ் நகருக்குவந்து சேர்ந்தாள். அவ்விடத்தில் ஷார்ல் அரசனுக்குப் பட்டாபிஷேகஞ் சூட்டினர்கள்.

கச—வது. வரலாறு. ஓர்லெயான்நகரின் மீட்டலும் பட்டாபிஷேகமும்.

க. ஓர்லெயானைச் சுற்றிலும் இங்கிலீஷ்காரர்கள் வளைத்துக்கொ ண்டு அந்தநகரத்தைநன்றாய் முற்றுகையிட்டுப் பிடிப்பதற்காகப்பற்பல கொட்டைக் கொத்தளங்களைக்கட்டினர்கள்.

உ. ழ்மான் அம்மாள் அப்பட்டணத்திற் பிரவேசிக்கத் தடைசெய் யாமல் விட்டுவிட்டார்கள் அவள் உட்செல்லவே ஜன ங்கள் கூட்டங்கூடி மகா சந்தோஷப்புகொண்டாடி அவளை யுபசரித்தார்கள். அவளுக்கு முன்பாக சேசுமரியேயென் னுமொழிக எழுமந்திருந்த ஓர் விருதுக்கொடியைப்பிடி த்துக்கொண்டு ஓர் போர்ச் சேவகன் நடந்துபோனான்.

(ஓர்லெயான் நகரில் ழ்மான்தார்க்கின் பிரவேசம்.)

ங. அவள் அவ்விடம் போனதினால்பட்டணத்தைக் காத்துக்கொண்டிருந்த போர்வீரர்களுக்கு மிகுந்த தைரியம்பிறந்தது. முற்றுகை ஆறுமாதகாலம் நீடித்திருந்தது. ழ்மான் மூன்றுதரம் இங்கி லீஷ்காரர்பேரில் யுத்தஞ்செய்து மூன்முதாரமும் வெற்றியடைந்து எட்டு நாளில் ஓர்லெயான்நகரத்தை விடுதலைசெய்தாள்.

ச. அப்போதுஅவள் தூர்நகரத்திலிருந்த அரசனைப்போய்க்கண்டு ரேம்ஸ்நகரத்தைநோக்கியுத்தத்திற்குப்போக அவனையுடன்படுத்தினள்.

ரு. இன்னமும் பாதைகள் இங்கிலீஷ்காரர்கள் வசமாயிருந்தன இங்கிலீஷ்காரர்களுக்குள் மிகுந்த திறமையான தளக்கர்த்தனாகிய தல்போ என்பவனைத் தலைமையாகக்கொண்டிருந்த இங்கிலீஷ்காரர்க ளிடத்தில் பத்தே என்ற சிறுகிராமத்தின் சமீபத்தில் நெருங்கினர்கள். அப்போது கன்னிகை சொன்னதாவது அவர்களோடு யுத்தஞ்செய்ய வேண்டும் அவர்கள் மேகமண்டலங்களில் ஒளிந்தாலும் தாமவர்களை விடக்கூடாதென்றாள் இங்கிலீஷ்காரர்கள் தோல்வை யடைதல்போல் தளக்கர்த்தன் பிடிபட்டான்.

சு. பிராஞ்சுதேசத்தின் அரசர்களுக்குப் பட்டாபிஷேகஞ்செய்துக் கொள்ளும் வழக்கமுள்ள ரேன்ஸ் நகருக்கு கசஉகு—ம். வருல ஜூலி யேத் மீ - கஎ - உ யில் போய்ச்சேர்ந்தார்கள். அதின் அதிமேற்றி ராணியார் திருத்தைலத்தை அரசனுடைய நெற்றியில்விட்டார்.

(சூ)

உ0. ஜோன்ந்தார்க் அம்மாள் சிறைப்படுதல்.

கஙரு. பிறகு ஜோன் அம்மாளுக்கு அதிஷ்டங் குறைந்து விட்டது.

கஙசு. அவள் பரீஸ் நகரத்தைப்பிடிக்கக் கூடுமாயில்லை கொம்ப்பியேஞ் நகரத்தில் முற்று கைப்போட்டிருந்தபடியால் பட்டணத்தைமீட்கும் பொருட்டு அதில் பிரவேசித்து சத்து ராதிகளுக்குவிரோதமாய் சண்டை செய்யப்புறப்பட்ட போது பிடிபட்டாள் (ஙரு - ம். வரலாறு.)

கங—வது, வரலாறின் துடர்ச்சி.

எ. பட்டாபிஷேகம் நடந்தபோது ஜோன் தன்நகரத்தில் விருதக் கொடியுடன் பீடத்தருகில் நின்றிருந்தாள். பிறகு அரசனுக்குத்தீர்க்க தண்டஞ்செய்து அவனுக்குத்தான் கீழ்ப்படியும் அடையாளமாகத்தாழ் மையுடன் அவன்பாதத்தை முத்தமிட்டாள்.

கங—வது, வரலாறு. சிறைபட்ட ஜோன்ந்தார்க்.

க. ஜோன்ந்தார்க் தான் ஆம்மெய்த்திருந்தகாலங் தனக்குத்திரும்பக் கிடைக்காதாவென்று விசனப்பட்டாள். அவள்பேரில் பொறுமையாய் அவள்டைந்த மகிமைப்பிரதாபத்தைப்பற்றி யகேசர்பகையாயிருப்பதை யோசித்துத் துக்கப்பட்டுக்கொண்டிருப்பாள். ஆனல் இங்கிலீஷ்கார

(ஜோன்ந்தார்க் கொம்ப்பியேஞ் நகரில் கைதியாதல்.)

லாப் பிராஞ்சுதேசத்தைவி ட்டுத் துரத்திவிடவிருப்பங் கொண்டார்கள்.

உ. அரசன் அவளுடன் பரீஸ்பட்டணத்திற்குத் துட ர்ந்துபோக சம்மதியாததால் அந்தப்பட்டணத்தின் முன் பாக அவள் காயமடைந்து ராஜதானியை அவள் திரு ம்பப்பிடிப்பது அசாத்திய மாயிருந்தது.

ங. அவள்ஷிடேனென்ற நகருக்குப்போய் யாதொன்றையுஞ் செய்யாமல் நெடுங்காலம் வீணில் போக்க இஷ்டமில்லாதவளாயிருந்தாள் இங்கிலீஷ்காரர்கள் கொம்ப் பியேஞ்நகரத்தை முற்றுகையிட்டபோது அந்தப்பட்டணத்திற்குள் பிர வேசித்து அன்றயத்தினமே சத்தருவின்பேரில் எதிர் யுத்தஞ்செய்யப் புறப்பட்டபோது அவள் நடத்தியபடையைக்கொண்டு வெளியாயிருந்த விடத்தைநோக்கி யோடத்தலைப்பட்டது இங்கிலீஷ்காரர்கள் ஓட்டம் பிடித்தவர்களைத்துரத்திப் பின்செல்லுகையில் எல்லைஅடைப்புக் கதவு களைச் சாத்தினர்கள். கடைசியில்வந்த ஜோன் அம்மாள் பிடிபட்டாள்.

உக. ஜோன்ந்தார்க்கின் வழக்கும் மரணமும்.

கஉஎ. இங்கிலீஷ்காரர்கள் ரூவான் நகரத்தின் ஓர் நீதிஸ்தலத்தில் அந்தக்கன்னிகையின்பேரில் வழக்குத்தொடுத்தார்கள் அதற்கு போவேஙகள் மேற்றிராணியார் தலைமை நியாயாதிபதியாயிருந்தார்.

கஉஅ. அவள் நியாயாதிபதிகளின் முன்பாக மகாதிடச்சித்தமாயிருந்தும் அவளை உயிரோடு எரித்து விடும்படி தீர்மானித்தார்கள்.

கஉகூ. அவள் அர்ச்சியசிஷ்டவளைப் போலவும் வேதசாக்ஷியைப்போலவும் மரித்தாள் (ந௬ூ-ம். வரலாறு.)

க. ஜோன் அம்மாள் தான் சாகப்போகிறதையறிந்து அழத்துவக்கினுள். ஆனால் மறுபடியுந் தைரியங்கொண்டிருந்தாள் அவளுடைய மரணுக்கிணையைப் பாக்கும்போ

ருட்டு ஓடிவந்தகூட்டத்தில் யாவரும் அவருடைய மதுரகுணத்தையும் தெய்வபக்தியையும் பார்த்து பரிதவித்தார்கள்.

உ. உயர்ந்த ஒரு விறகுகுவியலின்பேரில் அவளை கட்டினிறுத்திஞர்கள் தீமூட்டி புகையை மூழ்ம்பினபோது ஜோன் அம்மாள் தன்னெடிருந்த அவள் ஆத்ம குருவை அதைவிட்டிறங்கமன் முடிப் பின்னும் அவளைப்பார்

(ஜோன்ந்தார்க் ரூவான்நகரில் உயிரோடு கொளுத்தப்படுதல்.)

த்து அடியிலிருந்துக்கொண்டு எனக்குமுன்பாக சிலுவையை உயர்த்திக் காண்பியும் சாகும்போது அதை நான்பார்க்கவேண்டும் முடிவுவைக்கும் பக்தியானவசனங்களை எனக்குச்சொல்லுமென்றுள்.

ந. பின்பு அவள் தனக்கு அதிகப்பிரியமாயிருந்த அர்ச்சியசிஷ்டர்களைத்தரித்து அவர்கள் குழ்ளோசையையுங்கேட்டாள் அவள் உரத்த சப்தமாய்க்கூவி என்வாக்கியங்கள் கடவுளால்வந்ததென்றும் கடவுனுடைய உத்திரவின்படியாய் மாத்திரந்தான் சகலமும் செய்ததாகவும் வசனித்தாள்.

ச. தீய்ச்சுவாலமத்தியில் அவள் உயிர் பிரிகிறவளாக்கும் ஜெபஞ் சொல்லுவதைக்கேட்டார்கள் அவருடைய கடைசிவார்த்தை செசுவே என்பதாகவிருந்தது.

ரு. இந்த ஆக்கிணையைப்பார்த்திருந்த இங்கிலீஷ்காரர்கள் அவள் மரணத்திஞல் பயந்துபோஞர்கள் அவர்கள் சொன்னது நாம் அழிந்து போகிறகாலமாச்சுது ஓர் அர்ச்சியசிஷ்டவளை அக்கினிக்கு இரையாக்கிஞேமென்றுர்கள் அவர்களுக்குள் ஒருவன் ஜோன்சன்னிகையின் ஆத்துமம் புருரூபமாய் வானத்தைநோக்கிப் பறந்துபோனதைத்தான் பார்த்ததாகச்சொன்னுன்.

௨௨. இங்கிலீஷ்காரரைத் துரத்தல்.

௧௫0. ஜான் அம்மாளின் மரணக்கிளையால் இங்கிலீஷ் காரர் அநுகூலமடைந்ததில்லை. அவர்கள் இன்னமும் அபிஜெ யங்களடைந்து கடைசியாய் இராச்சியத்தினின்று துரத்தப் பட்டார்கள் (௧௪௫௫)

௧௫௧. எ—வது. ஷார்ல் அரசன் தன் பிரசைகளுக்கு ஒழுங்கையுஞ் சமாதானத்தையும் உறுதிப்படுத்தி இராஜ அதி காரத்தை அவர்கள் நேசிக்கும்படிச் செய்வித்தான்.

௧௫௨. அவன் நம்முடைய அரசர்களில் நிலையுள்ளபடையை யும் விசேஷமான பீரங்கிப்பட்டாளத்தையும் கொண்டிருந்த முதலரசனையிருந்தான். ஏனெனில் நூறுவருஷத்தியுத்தத்தின் போது வெடியாயுதங்களை உதவிக்கொள்ள ஆரம்பித்தார்கள்.

௨௩. ௧௧—வது. லுய் அரசன் (௧௪௬௧-௧௪௮௩.)

௧௫௩. எ—வது.ஷார்ல் அரசனின் குமாரனுகிய ௧௧-வது. லுய் அரசன் சாமர்த்தியவானுையிருந்தபோதிலும் வஞ்சனைக ளாலும் கொடூரத்திலும் அவனுடைய சாமர்த்தியம் உதவி யற்றதாயிருந்தது.

௧௫௪. சற்றேறக்குறைய அவன் இராச்சியபாரஞ்செய்து வந்த காலமுழுதுந் தன்பேரில் எதிர்த்த தனக்குக்கீழ்ப்பட்ட பிரபுக்களுடன் யுத்தஞ்செய்துபலத்திலுங் தந்தரத்திலும் அவர்களை வென்றுன் (௩௪-ம். வரலாறு.)

<hr>

௩௪—வது, வரலாறு. ௧௧—வது. லுய் அரசன்.

௧. ௧௧—வது. லுய் அரசன் தனக்கு மூன்னும்பின்னும் ஆண்மைவந்த அரசர்களைப்போல இருந்ததில்லை. அவன் சௌரியமுள்ளவனையிருந்த போதிலுஞ் சண்டையை நேசித்ததில்லை. அவன்காலத்திலிருந்த பெரிய பிரபுக்களைப்போல அலங்கிர்த பூஷணதிகளையடையவும் நெடுநேரம்பந்தி போஜனஞ்செய்யவும் விரும்பினதில்லை.

௨. வெகுஜன அலங்காரக்கூட்டங்களும் அவனுக்குப்பிரியப்பட்ட தில்லை. அவன் எறக்குறைய எப்போதும் எகாங்கியாயிருப்பான் ஆனல் அவன் அருகில் வழக்கமாய் ஒலிவியேலெதேன் என்னும் அவனுடைய நாவிதனும் அல்லது திரிஸ்தான் லெர்மீத் எனற பரீஸ்பட்டண வியா பாரிகளின் நியாயாதிபதியுமாத்திர மிருப்பார்கள்.

௩. அவன்பேரில் ௧கூதிகூடி எதிர்த்த டெரியபிரபுக்களையெல்லாம் எறக்குறைய யுத்தமில்லாமலே ஜெயங்கொண்டி அவர்கள் காணியாகூதி களைப்பறி முதலாவது அல்லது அவைகளைத்தன் சுயாதீனததில் எவைத் துக்கொள்ளவாவதுசெய்து இராஜாங்க எல்லையை சற்றேறக்குறைய இருமடங்கு பெரிதாக்கிவிட்டான்.

௪. தன்ஞக்கூடியவவைாக்கும் தன் சத்துருக்களையெல்லாம் கொடுமை யாய்ப்பழிவாங்கி இருப்புக்கூடைகளில் அவர்களை யடைத்தாவது தூக்கில் போட்டுக் கொல்லவாவது செய்வான் ஆனல் நல்ல முறைமைகளை எற்படுத் திப் பொதுநலத்திற்காக வேலைசொய்வான்.

கக—வது. லுய் அரசன். (துடர்சி)

கசரு. அரசனுக்குக் கீழ்ப்பட்ட இந்த பிரபுக்களில் மிகுந்த துணிகரமுள்ளவன் ஷார்ல் லெதெமெரோர் என்ற புர்கோஞ் துய்க்பிரபுதான்.

கஈசு. இந்தப் பிரபு இறந்த வுடன் கக—வது. லுய் அரசன் புர்கோஞ் என்றவூஉளா சுயாதினப் படுத்திக்கொண்டு, புரேவான்ஸ், லெமேன், லான்ழூ, என்ற ஜில்லா க்களைப்போல் பிரதான வேறு அநேக ஜில்லாக்களை ராஜ எல்லே யோடு சேர்த்துக்கொண்டான்.

(கக—வது. லுய் அரசன்.)

கசஎ.கக-வது. லுய்இறந்தபோ து உய்க்கப்பேஅரசன்காலத்திலி ருந்ததுபோல் பிராஞ்சுதேசத்தி லநேகம் அரசர்க எிருந்ததில்லே அரசன் ஒருவன் மட்டும் ஏகச்சக்கிரவர்த்தியா யிருந்தான்.

உ - ம். புஸ்தகத்தின் சுருக்கம்.

ச. உய்க்சப்பே என்னுமரசனும் முதலில் அவனுக்குப்பதிலாய் வந்தவர்களும் மிகுந்த வல்லமையுள்ளவர்களாயிருந்ததில் லே அவர்களுக் குக்கீழ்ப்பட்ட கோந்த் பிரபுக்களும் துய்க் பிரபுக்களும் அவர்களவ வளவு வல்லபமுள்ளவர்களாயிருந்தார்கள்.

உய்க்கப்பே அரசனும் அவனுக்குப்பின் சிங்காசனமேறிய அரசர் களும் பிரபல்யமில்லாமல் அரசாகூழிசெய்துக்கொண்டுவந்தார்கள் அவ னுக்குக்கீழ்ப்பட்ட பிரபுக்கள் முக்கியமான துஉசதேசச் சண்டைகளைச் செய்தார்கள்.

க0சுஈ - ம். நூல் த்தில் நொர்மாந்தி ஜில்லாவின் துய்க் பிரபுவாகிய குப்யோம் என்பவன் இங்கிலீஷ்தேசத்தை ஜெயித்துக்கொண்டான்.

விஸ்தாரமான பிராஞ்சுக்குதினாவீரர்கள் முதல் சிலுவைத்திருச்சஎ டைக்குப்போய் - க0சுசு - ம். நூல் த்தில் ஜெருசலேம்பட்டணத்தைப் பிடித்துக்கொண்டார்கள்.

உ. கப்பேசியேன்வமிசத்து அரசாகூழி சு—வது. லுய் லெகுரோ என்னுமரசன் காலமுதல் சிறப்படைய ஆரம்பித்தது.

இவவரசன் தனக்குக்கீழ்ப்பட்ட பிரபுக்களால் விளைந்த துன்மார்க் கங்களைவிலக்கி ஜனக்கட்டுக் கிராமக்குடிகளுக்கு ஒத்தாசைசெய்துக் கொண்டுவந்தான்.

பிலீப் ஒருகுய்ஸ்த் (ககஅ0 - கஉஉஉ) இராஜ்ரீக எல்லேயுடன் நொர் மாந்தியையும் வேறு அநேக ஜில்லாக்களையுஞ்சேர்த்து பவின்நகாத்தரு இல் அல்மாஞ்தேசத்துச் சக்கிரவர்த்தியை ஜெயித்தான் (கஉகச.)

உவ—து. புஸ்தகத்தின் சுருக்கம் (தொடர்ச்சி.)

ௗ. அர்ச். ஞானப்பிரகாச அரசனென்றுசொல்லும் கூ—வது. ஹய்தன் புண்ணியங்களால் இராஜரீகத்தை எண்ணப்படுத்தி எஜீப்த்தேசத்தில் சிலுவைத்திருச்சண்டைக்குப்போய் அவ்விடத்தில் அவிசுவாசிகள் கையில் அகப்பட்டு மீண்டு துயினீஸ்நகரத்தில் மற்றொரு சிலுவைத் திருச்சண்டைக்குப்போய் அவ்விடத்திலிறந்துபோனார்.

அவருக்குப் பின் சிங்காசனமேறிய அரசர்கள் காலத்தில் இன்னம் அநேகவிசேஷ இராச்சியங்கள் இராஜ எல்லையோடு சேர்ந்தன.

பிலீப்லெப்பெல் அரசன் – கஉஉ – ம். ஹஉ த்தில் முதல் பொதுச் சங்கங்களைக்கூட்டினென்.

ச. கஉஉஅ – ம். ஹஉ த்தில் சு—வது. பிலீப் தெவலுவா அரசன் சிங்காசனமேறிஞன் ஆனல் இங்கிலீஷ்தேசத்தரசனெய ௩—வது. எதுவார் அந்த சிங்காசனத்திற்குத்தான் சுதந்தரவாளியென்று வாதித்த இதனல் நூறுவருஷ யுதம் ஆரம்பித்தது.

சு—வது. பிலீப் கிரெசிநகரில் தோர்வையடைந்தான் (கஉசசு) மான் லெபோன் புவாத்தியெநகரத்தில் தோர்வையடைந்து பிடிபட்டான் (கஉ௫சு.)

இந்தப்பெரும் அபஜெயங்கள் விவேகியென்றுசொல்லும் ௫—வது. ஷார்ல் அரசனிராச்சியபாரத்தில் பரிகரிக்கப்பட்டன (கஉசுச–கஉஅ0.) ஆனல் – கஉசுஉ – ம். ஹஉ த்தில் பைத்தியக்காரனுப்போன சு—வது. ஷார்ல் இராச்சியபாரகாலத்தில் பிராஞ்சுதேசத்தில் குடிகளுக்குள் கலகச்சண்டையுண்டாயிருந்தது அஜேன்கூர் என்னுகிராமத்தில் (கசகௗ) இங்கிலீஷ்காரர்கள் இன்னமூம் ஜெயசீலர்களாயிருந்ததுமன்றி சற்றே ரக்குரைய இராச்சியத்தை முழுமையுஞ்ஜெயித்துக்கொண்டார்கள்.

ௗ. எ—வது. ஷார்ல் சிங்காசனமேறும்போது (கசஉஉ) சிலபட்ட ணங்கள்மாத்திரம் அவன் சுயாதீனத்திலிருந்தன அந்தப்பட்டணங்க ளுக்குள் ஒர்லெயாந்நகரத்தை இங்கிலீஷ்காரர்கள் முற்றுகைபோட் டார்கள். ஆனல் மான்த்தார்க் ஒர்லெயாணே விமிதலைசெய்து ரேம்ஸநக ரத்தில் எ—வது. ஷார்லுக்குப் பட்டாபிஷேகஞ்செய்வித்தாள்.

கொம்பியெஞ் நகரத்தில் மான் அம்மாள் பிடிபட்டு ருவான்நகரத் தில் எரிக்கப்பட்டாள் (கசௗக) ஆனல் இங்கிலீஷ்காரர்கள் இராச்சியத் தினின்று துரத்தப்பட்டார்கள் (கசௗௗ.)

பிராஞ்சு அரசாஸதி மிகுந்த வல்லபம்பெற்றது. எ—வது. ஷார்ல் ஸ்திரமான பானுயத்தையும் விசேஷ பீரங்கி மூஸ்திப்புகளையும் கொன டிருந்தான்.

சு. கக—வது. ஹய் தனக்குக் கீழ்ப்பட்ட பிரபுக்களையெல்லாஞ் ஜெயித்து புர்கொஞ், புரொவான்ஸ் லெமென் லான்டு ஜில்லாக்களையும் இன்னம் வேறு அநேக ஜில்லாக்களையும் இராஜ எல்லையோடு சேர்த்துக் கொண்டான். கூ—வது. ஹய் அரசன் காலமுதல் அரசர்கள் பிராஞ்சு தேசத்ததிபதிகளாயிருந்தார்கள்.

மூன்றுவது புஸ்தகம்

ஏக அரசன் ஆளும் பிராஞ்சுதேசம்.

க. அ—வது. ஷார்ல் அரசனும்
கஉ—வது. லுய் அரசனும்.

கசஅ. கக—வது. லுய்அரசனின் குமாரனுகிய அ—வது. ஷார்ல் (கசஅங - கசகூஅ) ஆன்தெபிொத்தாஞ் என்ற துய்ஷேஸ் மன்னவதியை விவாகஞ் செய்ததினுல் பிொத்தாஞ் ஜில்லாவை இராஜ எல்லேயோடு சேர்க்கும்படி நேரிட்டது.

கசகூ. அ—வது. ஷார்ல் அரசனும் அவன் சிறியதகப்பனுர் குமாரனுகிய கஉ—வது. லுய் அரசனும் இத்தாலிதேசத்தில் அநேகமுறை யுத்தஞ்செய்து ஜெயமடைந்தார்கள் (கசகூஅ - கருகரு) ஆனுல் அவர்கள் பிடித்ததேசங்கள் அவர்களுக்கு நிலேத்ததில்லே.

கரு0. இவர்களிருவரும் விவேகமாய் அரசாக்ஷிசெய்தார்கள். கஉ—வது. லுய் அரசனுக்கு குடிகள் தந்தை என்ற நாமமுங் கிடைத்தது (நஅ-ம். வரலாறு.)

நஅ - வது, வரலாறு—குடிகள் தந்தையென்ற கஉ-வது, லுய் அரசன்.

க. அ—வது. ஷார்ல் அரசனும் கஉ—வது. லுய் அரசனும் கக-வது. லுய் அரசனேப்போலிருந்ததில்லே. இவர்களிருவரும் தூரதேசங்களிற் போய் யுத்தஞ்செய்யவும் வென்றியடையவும் இராச்சியங்களேப்பிடித்துக்கொள்ளவும் அபேட்சையுள்ளவர்கள்.

உ. கஉ—வது. லுய் அரசன் சாகுந்தருணத்தில் பெருந்துன்பங்களேயடைந்தான் ஆனுல் யாவருச்கும் அவன் நன்மையே செய்துவந்தபடியால் அவனிறந்தபோது அவனேக்குறித்து எல்லோரும் பிரலாபித்தழுதார்கள்.

ந. அக்காலத்தில் பிராஞ்சுதேசத்தில் தெருவீதிகளில் மணியடித்துக்கொண்டு இன்னுர் இறந்தாரொன்று அறிவிப்பது வழக்கம். அப்படி மணியடிப்பவர்களுக்கு சாவுமணியடிப்பவர்களென்று பெயர்.

(கஉ—வது. லுய் அரசனின் மாணத்தை மணியடித்துக்கொண்டு பறைசாத்தல்.)

ச. சாவுமணியடிப்பவர்கள் குடிகள் தந்தையாகிய நமது நல்ல லுய் அரசர் இறந்துபோஞரென்று வீதிகளில் கூவிக்கொண்டிவந்தபோது பாரீஸ்பட்டணத்து ஜனமுழுமையும் அழுகைக்கூக்குரலிட்டன.

உ. சமுத்திரத்திற் புதிதாய்க்கண்டு பிடித்த தேசங்கள்.

கருக. அ—வது. ஷார்ல் அரசன் கஉ—வது. லுய் அரசன் இவர்களிராச்சியபாரகாலத்தில் சமுத்திரத்திற் பெருந்தேசங் கள் கண்டுபிடிக்கப்பட்டன.

கருஉ. அநேகவருஷகாலங்களாய்க் கப்பற்காரர்கள் ஐம் காவை உதவிக்கொண்டதினுல் அதிக துணிகாமடைந்து அப்பி ரிக்காகண்டத்தின் கடற்கனைகளை சுற்றிப்பார்த்து இந்துதேசத் திற்குத்தென்புறமாய் ஒரு வழிகிடைக்குமென்றுதேடினர்கள்.

(ஐம்க்காஸ்.)

கருந. கசககஎ - ம். வருஷத்தில் பொர்த் துய்கால் தேசத்தானுகிய வஸ்கோதேகாமா என்பவன் பொனேஸ் பெரான்ஸ்தீபமுனே வழி யாய்ச்சென்று அந்த மார்க்கத்தைக் கண்டு பிடித்தான்.

க. சகலகப்பற்காரர்களும் இந்தியாதேசத்தைநோக்கித்தான் வந்தார் கள். எனெனில் நமதுதேசமானது உலகத்தில் மிகவுஞ்செல்வமுள்ளது இஇல் சம்பாரவர்க்கங்களூப்போல பிரயோஜனமான அநேகமாயிரம் விளைவுசரக்குகளும், விலையேறப்பெற்ற நிசவுதினுசுகளும் பொன்னும், நவரத்தினங்களும் மிகுதியாயுண்டு.

உ. இது ஜரோப்பாகண்டத்திற்குகிழக்குத்திசையிலிருப்பதால் இந்த த்தேசத்திற்கு வருவதற்குகப்பற்காரர்கள்கிழக்குத்திசையில்வழிதேடிக் கொண்டிருந்தார்கள். கிரிஸ்தோப்வ்கொலோம்ப் என்பவன் பூமி உருட் சியாயிருப்பதால் மேற்றிசைவழியாகவும் இத்தேசத்திற்குவரலாமென்று அறிந்திருந்தான் ஆகையால் அத்லாந்திக் என்னும் மகா சமுத்திரத் தின்வழியாகத் துணிவாய் யாத்திரைசெய்யவேண்டியிருந்தது.

ந. கிரிஸ்தோப்வ்கொலோம்ப் ஜென்னசரத்திற் பிறந்தவன் ஆனுல் தான்தொடுததகாரியத்திற்குத் தனக்கு ஒத்தாசைசெய்ய ஒருவருந் தன் தேசத்தில் அகப்படாதபடியால் நெடுநாள் தேடினபின்பு எஸ்பாஞ் தேசத்தில் கஸ்தீய் ஜில்லாவின் இராக்கினியாகிய இஸாபேலிடஞ் சென்று உதவிகேட்க அவள் அவனுக்குப் பணமும் மூன்று சிறுகப்பல் களுங் கொடுத்தாள் அவைகளைக்கொண்டு கொலோம்ப் அத்லாந்திக் மகாசமுத்திரத்தின்வழியாக பெரும் யாத்திரைதொடுத்தான்.

ச. மூன் எந்த கப்பற்காரனும் யாத்திரைசெய்திராத அந்த மஹா சமுத்திரத்திற் கப்பலோட்டிக்கொண்டுபோக முப்பதுநாள்வளைக்கும் வானத்தையும் ஜலத்தையும்விட வேறென்றையுங்காணாத அக்கப்ப லோட்டிகள் பயந்து முறுமுறுத்துக்கொண்டு எஜமான்பேரில் எதிர்த் துக்கொண்டார்கள்.

க௫௪ - ௧௪௬௨-ம். வருஷத்தில் கிறிஸ்தோப் கொலோம்ப் என்பவன் ஒருபுதுகண்டத்தைக் கண்டுபிடித்தான் அந்தக் கண்டம் பிற்பாடு அமெரிக்கென்னும் நாமங்கொண்டது. (௫௪ - ம். வரலாறு.)

க௫௫. இந்த தேசத்தைக் கண்டுபிடித்தபின்பு ஐரோப் பாகண்டத்திற்கும் அமெரிக்கா கண்டத்திற்கும் பெரும்வியா பாரம் நடந்தது.

க௫௬. அந்த வியாபாரத்தைச் செய்துக்கொண்டு வந்த பட்டணத்தார் மிகவுஞ் செல்வத்தையும் வல்லபத்தையு மடைந்தார்கள்.

௫௪—வது, வரலாறின் துடர்ச்சி.

கொலோம்ப் மன்றுட்டினுலும் விசேஷமாய் உறுதியான அவனு டைய நிலைமையினுலும் பூர் த்தியா யவன்கொண்டிருந்த ஈம்பிக்கையினுலும் அவர்கள் யாத்திளாயை மறுபடியும் நடத்தும்படியாக பிரயத்த ன்ஞ்செய்துக்கொண்டான்.

௫. கடைசியாய்ச௧௪உ-ம் (௫ல) ஒக்தோபர் மீ—௧௪—உ ௨ல் சூரியோதயத்தில் கப்பற் காரர் பகைமன்றமான ஒரு தீவைக்கண்டு பூமி பூமியெ ன்று சப்தமொலித்தார்கள் கொலோம்ப் முழந்தாளிட்டு

(கிறிஸ்தோப் சொய்லாம்ப் அமெரிக்கா வின் ஒரு தீவைக்கண்டு முழங்தா விட்டுக் கடவுளைப்பணிதல்.)

க்கடவுளைத் தோத்தரித்தான். அமெரிக்காகண்டத்தின் ஒரு தீவுமுன் பாக சரித்துவிடவே புதுகண்டம் கண்டுபிடிக்கப்பட்டது.

௬. கொலோம்ப் என்பவன்தான் செய்த எல்லைகளுக்கு பிராதியுப சாரம் அடைந்ததில்லை.

௭. இஸாபேல் அரசி தன் மரணபரியந்தம் அவளையாதரித்தவ ள்தாள். ஆனல் அவளிறந்தபின் சொலோம்ப்நிற்பாக்கியத்தினுங் தரித்திரத்தினுங் மெலிவற்றிருந்தான் இத்துடன் அவன் கண்டுபிடித்த கண்டத்திற்கு அவன் பெயனாயிட்டழைக்குந் திருப்த்திமுதலாயற்ற வனுய் இவனுக்குப்பின்சென்ற வேறொருகப்பற்சாரனகிய அமெரிக்கோ வெஸ்புக்சி என்பவனுடைய பெயனாச்கொண்டு அந்தக்கண்டத்திற்கு அமெரிக்காவென்னும் பெயர்வழங்கிற்று.

(௭)

௬. அச்சுவித்தைக் கண்டுபிடித்தல்.

கஎ. அதேகாலத்தில் குய்த்தாம்பேர் என்பவனுல் அச்சுவித்தைக் கண்டுபிடிக்கப்பட்டது. (௬0-ம். வரலாறு.)

கஅ. குய்த்தாம்பெருக்கு முன் கையெழுத்து புஸ்தகங்கள்மாத்திரம் வழங்கின அப்புஸ்தங்கள் கையால் எழுதப்பட்ட ஏடுகளானதால் வாசிக்க பிரயாசையும் மிகுந்த விலையேறப்பெற்றவைகளுமாயிருந்தன.

கக. குய்த்தாம்பேருக்குப் பிறகு புஸ்தகங்கள் எங்கும் பரம்பினபடியால் குடிகளின் கல்வியுஞ் செல்வமும் அக்காலத்திலேயே விருத்தியடைந்தன.

௬0—வது, வரலாறு. ழான் குய்த்தாம்பேர் என்பவன்.

க. ஓர் கையெழுத்துப்புஸ்தகம் ஏற்படுத்துவதற்கு எழுதுகிறதற்குரிய தோற்கடுதாசிகளென்று சொல்லப்பட்ட மிருதுவும் பிரகாசமுமுள்ள தோற்கீளூ பதப்படுத்துகிற தோற்சடுதாசிசெய்யும் தொழிலாளியும் ஏடுகளில் தங்கமூலாம் சித்திர அலங்காரஞ்செய்கிற தொழிலாளிகளுமாக இத்தூணபேர் வேண்டியிருந்தது.

உ. கையெழுத்துப் புஸ்தகங்கள் எவ்வளவு கிராக்கியாயிருந்தன வென்றுல் ஓர்மன்னவதி பிரசங்கங்களடங்கிய ஒரு புஸ்தகத்தை இருநூறு செம்மறியாடுகொடுத்துவாங்கினள் ஆசையால் எளிய ஜனங்கள் புஸ்தகங்கள் வாங்கக்கூடாதவர்களாயிருந்தார்கள்.

ங. மையான்ஸ் நகரத்தில் —கஅ00 —ம். வருஷத்திற்பிறந்த ழான்குய்த்தாம்பேர் என்பவன் நெடுநாள் ஆராய்ச்சிசெய்து தன் ஆஸ்திமுழுமையுஞ் செலவழித்து அச்சுவித்தையைக் கண்டுபிடித்தான்.

ச. அவன்செய்த ஏற்பாடு ஐரோப்பாகண்ட முழுமையும் பரம்பிற்று. கக—வது. லுய் அரசன் பிராஞ்சுதேசத்திற்கு முதற்போன அச்சுக்காரர்கீளூ அங்கீகரித்து அவர்களுக்கு விடுகிகொடுத்தான். கஉ—வது லுய் அரசன் இந்த அச்சுத்தொழிலே மனுஷத் தொழிலல்லவென்றுந் தெய்வீசத் தொழிலென்றுஞ் சொல்லி அதை முயற்சித்தவர்களுக்கெல்லாம் உபகாரங்கள் செய்தான்.

(அச்சுவித்தைகண்டு பிடித்த குய்த்தாம் பேர் என்பவன்.)

டு. புஸ்தகங்கள் பரம்பினதால் ஜனங்களுக்குள்ளேயும் அதுவலைக்கும் வாசிப்பதற்கும் எழுதுவதற்கு மூரியசாஸ்திரத்தை துவேஷித்து வந்த பிரபுக்களிடத்திலுங் கல்வி வளர்ந்துவந்தது.

ச. பீரங்கிசாமான்.

கசு0-கச-ம். நூற்றாண்டில் குண்டுமருந்துவெடியாயுதங்கள் வழங்க ஆரம்பித்தது. கரு-ம். நூற்றாண்டில் தோர்ச்சியடைந்து உலகத்தில் பரம்பின (சக-ம். வரலாறு.)

சுக—வது, வரலாறு. வெடிமருந்து கண்டுபிடித்தல்.

க. ஒரு தீப்பொறி பட்டவுடனே பற்றிக்கொள்ளுந் துப்பாக்கி மருந்தை ஆதியிறகண்டுபிடித்ததுயாரொன்று தெரியவில்லே.

உ. கசு-ம். நூற்றாண்டில் வெடிக்குழாக்கள்செய்து அவைகளில் மருந்துங் கற்குண்டுகளும் ஈயக்குண்டுகளும் போட்டு அவைகளைப் பிரயோகிக்க ஆரம்பித்தார்கள் வெடிமருந்து வேகத்திறலெறியப்படுங் குண்டுகள் நகரத்தின் அலங்கங்களைத்தாக்கி படைவீரர்களைக்கொன்றன.

ந. ஓர் அதைரியவானும் மகாபராக்கிரமழுள்ள உயர்குலக் குதிரை வீரனை துலையில்நின்று எதிர்த்துகொல்லுவதற்கு ஏதுவான இந்த ஆயுதத்தின்மீது குதிரைவீரர்கள் கடுங்கோபங்கொண்டார்கள் முதல் முதல் திருச்சபையானது இந்தக்கொலைக்கேதுவான ஏற்பாட்டை விலக்கஞ் செய்தது.

ஊ. ஆயினும் இந்த ஏற்பாடு எங்கும்பரவி நாளுக்குநாள் விர்த்தி யடைந்தது.

ரு. எ—வது. ஷார்லும் கஉ—வது. லுய்யும் அவர்களுக்குப்பின்பு சிங்காசனமேறிய அரசர்களும் அக்காலத்தில் மிகவுஞ்சிறந்த பீரங்கி ஜாமான்களை வைத்திருந்தார்கள் கொஞ்சத்திற்குள் கையால்பிடித்து பிரயோகிக்க கூடிமான வெடிக்குழைகள்செய்து அவைகள் தோர்ச்சி யடைந்து துப்பாக்கிகளாயின.

சு. பீரங்கிகள் மிகுந்த விலேயெறப்பெற்றிருந்தபடியால் அரசர்கள் மாத்திரம் பீரங்கிசாமான் வைத்திருந்தார்கள் துப்பாக்கிக்குண்டெகளும் பீரங்கிக்குண்டெகளும் மார்புக்கவசங்களைத்துளைத்துவிடுமாகையால்குதிரை வீரர்கள்மட்டில் போர்க்களத்திலுண்டாயிருந்த பயம் நீங்கிவிட்டது.

எ. வெடியாயுதங்களின் ஏற்பாடு அரசனுக்கும் பொதுஜனத்திற்கும் பிரயோஜனமாகவும் உயர்குலத்தாருக்குக் கெடுதியாகவுமிருந்தது.

சஉ-வது, வரலாறு. மரிஞ்ஞான்என்ற கிராமத்தின்ஜெயம்.

க. மரிஞ்ஞானில்நடந்த யுத்தத்தைப்போல் மூர்க்கமுள்ள ஓர் யுத் தம் எச்காலத்திலும் நடந்ததில்லே அந்த யுத்தத்தில் அப்போது இருபது வயதுள்ள பிராஞ்சுதேசத்தின் அரசன் மிலாநகரத்தைப் பாதுகாத் துக்கொண்டிருந்த சுய்ஸ்மார்களின் பாளையத்தை ஜெயித்தான்.

உ. இருபுறத்திலும் பயங்கரத்துக்குரிய பீரங்கிசாமான்களிருந்தமை யால் கைகலந்து போர்செய்தார்கள்.

க-வது. பிரான்சுவா அரசன் (கருகரு-கருசள.) ரு. மரிஞ்ஞானென்ற கிராமத்தில் ஜெயவீரனுகிய முதல்பிரான்சுவா அரசன்.

கசுக. கஉ—வது. லுய் அரசனுக்குப் பதிலாய் முதல்பிரா ன்சுவா அரசன் சிங்காசனமேறினுன். (கருகரு-கருசள.)

கசுஉ. முதலாவது பிரான்சுவா முதல்முதல் இத்தாலி தேசத்தின் யுத்தங்களே நடத்தி அவன் மரிஞ்ஞான்கிராமத் தின் ஜெயத்திலுல் மிலான் என்ற துய்க்பிரபு ஸ்தலத்தை ஜெயித்துக்கொண்டான். (சஉ—ம். வரலாறு.)

சஉ—வது, வரலாறின். துடர்ச்சி.

அரசனும் உயர்குலத்தாரும் சுய்ஸ்ஸூதி காலாட்படைகளே அளே கழுலறமுறியடிக்க இவர்கள் நீண்டசாட்டிசளைத் தாழ்த்தி பிரயோகித்து பராக்கிரமத்துடன் எதிர்யுத்தஞ்செய்தார்கள்.

நட. நாள்முழுதும் ஒயாமல் சண்டையிட்டதுடன் சந்திரன் மறை ந்து போர்க்களத்தில் இருள்மூடிக்கொண்டவனாக்கும் போர்செய் தார்கள் அரசன் சத்துருவுக்கு இரண்டடி தூல்லவில் சமீபித்திருந்து குதிரைமேலேயே இராக்காலத்தைப்போக்கினுன்.

(மரிஞ்ஞான் ஜெயத்திற்குப்பிறகு பையார் முதல் பிரான்சுவா அரசனுக்குக் குதி னைவீரப்பட்டம் சூட்டல்.)

சீ. மறுநாளும் விடியற் காலமுதல் பகல் இரண்டு மணிவனாயில் யுத்தஞ்செய் தார்கள் சுய்ஸ்மார்கள் சங்க ரிக்கப்பட்டு நாசமடைந்தார் கள்.

நு. அன்றுசாயுங்காலம் அரசன் குதிரைப்படைவீர னென்கிற பட்டம்பெற வி ரும்பினுன். அ—வது. ஷ ர்ல் அரசன் சஉ—வது. லுய் அரசன் இவர்கள் ராச்சிய பாரநாளில் நடந்த யுத்தங்க ளில் பிரக்யாதையடைந்த ஒரு மனிதன் அப்பானையத்திலிருந்தான் அவன் குதிரைவீரப்பட்டம் பெற்ற பையார்தான் அவன் எக்காலத்திலும் பயப்படாமலும் பொய் சொல்லாமலுமிருந்தபடியால் பயமுங்குற்றமுமற்ற குதிரைவீரனென்று அவனுக்குப்பெயர் வழங்கிற்று.

சூ. முதல் பிரான்சுவா அரசன் அவனுக்குமுன்பாக முழங்தாளிட் டிருக்க பையார் என்பவன் தன்சத்தியால் அரசுணத்தொட்டு அரசாக்கி யுவக்கத் திலேதானே பெருஞ்ஜெயமடைந்த இருபதுவயதுள்ள அவ் வரசனுக்குக் குதிரைவீரப்பட்டமளித்தான்.

௬. பிரான்சுவா அரசனுக்கும் ஷார்ல்கேன் சக்ரவர்த்திக்கும் உண்டாயிருந்த சத்துருத்துவம் பையாரின் மரணம்

௬௨. ஆனல் க—வது, பிரான்சுவாவுக்கு கொஞ்சத் திற்குள் ஒரு பயங்கரமான சத்துராதி யேற்பட்டான் அவன் யாரெனில் அல்மாந்தேசத்தின் சக்ரவர்த்தியும் எஸ்பாஞ் தேசத்தின் அரசனும் சற்றேறக்குறைய இத்தாலிதேசமுழு மையும் பெய்பாமுழுமையும் அரசாண்டவந்த ரு-வது, ஷார்ல என்னும் ஷார்ல்கேன் சக்ரவர்த்திதான்.

௬௩. க—வது. பிரான்சுவா அரசன் இத்தாலியில்தான் ஜெயித்துக்கொண்ட தேசங்களைக் கொஞ்சத்திற்குள் இழந்து போனுன்.

௬௪. பையார் என்னுங் குதிரைவீரன் பிராஞ்சுப்படை தன் சத்துராதிராணுவத்தைக்கண்டு பின்னிடையும்போது இறந்துபோனுன். (௬௫-ம். வரலாறு.)

௬௫.—வது, வரலாறு. பையார் என்பவருடைய மரணம்.

க. பையார் என்னுங் குதிரைவீரன் பலத்த காயமடைந்து சத்து ருவைநோக்கித் தன்னேதத்திருப்பி ஓர்மத்திற் சாய்த்துவைக்கும்படிக் சேட்டக்கொண்டான் அப்பொது சிலுவைவருபமான பிடியையுடைய தன்சத்தியை எடுத்து அதை ப்பார்த்து ஜெபஞ்சொல்லிக் கடவுளிடத்தில் பாவப்பொ றுத்தல் கேட்க ஆரம்பித் தான்.

உ. உடனே சத்துருக் கள் நெருங்கவே அவாஞுக் குள் ராஜவமிசத்திற் பிறந்த பிராஞ்சுமன்னவாளுகியபுர் போனென்னுமோர் சேனை த்தஃலவனிருந்தான். இவன் க—வது. பிரான்சுவா அரச ன்பேரில் தான் கொண் டிருந்தபகையினுல் வெட்க

(மரணவஸ்தையிலிருக்கும் பையார் புர் டோன் மன்னன் சுதேசத்திற்செதிராயு த்தஞ்செய்வதின்மட்டிற் கடிந்து பேசல்.)

மில்லாமல் தன் ஊாைச்சதிசெய்த எதிரியாகிய ஷார்ல்கேன் சக்கிரவர்த் தியின் பாஊயத்திற்போய்ச்சேவித்தான்.

௩. புர்போன் பையானாப்பார்த்தவுடனே குதிரையைவிட்டிறங்கி பயமுங்குற்றமுமில்லாத குதிரைப்படைவீரனுக்குச் சம்பவித்த விதி யைக்கண்டு பிரலாபித்தான்.

௪. பையார் அவஊனப்பார்த்து என்விதியின்டேரில் நீர்பிரலாபிப்பது அகாவசியம் எனெனில் யோக்கிதையுடன் நான் இறந்துபோகிறேன் ஆனல் உமக்காக நான்பரிதாபப்படுகிறேன் அதெனெனில் உம்முடைய சாஜாவுக்கும் உம்முடைய ஜென்மதேசத்துக்கும் விரோதமாய் நீர்யுத் தஞ்செய்கிறீர் என்றுன்.

எ. க—வது. பிரான்சுவா அரசனின் இராச்சிய பாரம் முடிவு உ—வது. ஹான்றி அரசன்.

கசுசு. மிலானே ஜில்லாவை மறுபடியும் பிடித்துக்கொள்ளவேணுமென்றுபோன க—வது, பிரான்சுவா பவிநகரில் அபஜெயமடைந்து (கருஉரு) பிடிபட்டு மத்ரீத் நகரத்திற்குச் சிறையாகக்கூட்டிக்கொண்டு போகப்பட்டான்.

கசுஎ. தன் தேசத்திற்குத் திரும்பிவந்த பிறகு அவன் மறுபடியும் யுத்தம் ஆரம்பிக்க அது சற்றேறக்குறைய அவன் இராச்சியபாரஞ் செய்தகாலமுழுமையும் நீடித்தது. ஆயினும் பிரான்சுவா அரசனைவிட மிகுந்த வல்லபமுள்ளவனாய்த்தோன்றின ஷார்ல்கேன் சக்ரவர்த்தி பிராஞ்சுதேசத்தைத் தோற்கடிக்கக்கூடாமற்போனான்.

கசுஅ. க-வது, பிரான்சுவா அரசன் குமாரனாகிய உ-வது, ஹான்றி அரசனும் (கருசஎ-கருருக) ஷார்ல்கேன் என்னுஞ் சக்ரவர்த்தியினோடு யுத்தஞ்செய்தான். அவன் மேத்ஸ், தூல், வெர்தேன் என்னும் நகரங்களை ஜெயித்துக்கொண்டான்.

கசுக. இந்த இரண்டு அரசர்களின் இராச்சியபாரகாலத்தில் பிராஞ்சுதேசத்தில் சித்திரவேலைக்காரர்களும், சிற்பசாஸ்திரிகளும் கிரந்த கர்த்தாக்களும் பிரபலமான சாஸ்திரிகளும் விளங்கியிருந்தார்கள் அந்தக்காலத்தில்தான் பிராஞ்சுதேசத்தின் சிலவினோத சித்திரமாளிகைகள் கட்டப்பட்டன. (சச-ம். வரலாறு.)

சச—வது, வரலாறு. கசு-ம். நூற்றாண்டின் அரண்மனை.

க. அரசன் ஏகாதிபதியாயிருக்கத்துவக்கினநாள்முதல் அவனுடைய தயவைப்பெறும்பொருட்டு உயர்குலத்தார் அவனிடத்தில் விருப்பமாய் வந்து சூழ்ந்துக்கொண்டார்கள்.

உ. அப்போது பிராஞ்சுதேசத்தின் இராஜசபை மஹா அலங்காரம் பொருந்தியிருந்தது உம்பளிக்கை அரண்மனைகளைப்போலிராமல் நூதனமாய்க் கட்டப்பட்ட அந்த அரண்மனைகளில் இராஜசபை கூடியிருந்தது.

ங. கிராதிவரிசையாய்க்கட்டபட்டகோபுரங்களுக்குப் பதிலாக இலக்ஷணமுள்ள சிறு கோபுரங்களும் சிறு துவாரங்களுக்குப் பதிலாய் விசாலமான சன்னல்களும்வைத்துக் கட்டப்பட்டிருந்தன. பெரியசாலைகள் முன் போல துக்ககரமாகவும் வெறுமையாகவுமிராமல் சித்திரங்களாலும் கொத்துவேலைகளினாலும் அலங்கரிக்கப்பட்டிருந்தன.

(புளுவா நகரருகில் முதல் பிரான்சுவா அரசன் கட்டி வைத்த ஷம்போர் என்ற அரண்மனை.)

ச. உம்பளிக்கை அரண்மனையுத்தத்திற்காக நியமிக்கப்பட்டிருந்தது. கசு—ம். நூற்றாண்டின் அரண்மனை சந்தோஷகரமான சகலவிதவேற்பாட்டிற்கும் நியமிக்கப்பட்டிருந்தது.

அ. உ—வது பிரான்சுவா அரசன். கூ—வது. ஷார்ல் அரசன். ௩—வது. ஹான்றி அரசன்.

கள0. உ—வது. ஹான்றி அரசன் இறந்தபின் முப்பது வருஷகால பரியந்தம் கத்தோலீக்கிறிஸ்துவர்களுக்கும் புறே டெஸ்டாண்டெபதிதருக்கும் நடந்த சண்டைகளால் பிராஞ் சுதேசம் மஹாதுன்பத்தை யடைந்தது. (சரு-ம். வரலாறு.)

களக. அக்காலத்தில் உ—வது. ஹான்றி அரசனின் மூன்றுகுமாரர்களாகிய உ—வது. பிரான்சுவா அரசனும் (கருஉக-கருசு0) கூ—வது.ஷார்ல் அரசனும் (கருசு0-கருஎச) ௩.—வது. ஹான்றி அரசனும் (கநுஎச-கருஎக) முறையே அரசாக்ஷி செய்துக்கொண்டுவந்தார்கள்.

___

சஉ—வது, வரலாறு. குடிகளுக்குள் நடந்த சண்டைகள்

க. க—வது. பிரான்சுவா அரசன் பிராஞ்சுதேசத்தை அரசாக்ஷி செய்தகாலத்தில் லுய்த்தேர் என்னும்பேருடைய அல்மாங்கார குருஒரு வன் திருச்சபைக்குப்புறம்பாகி அல்மாஞ்தேசத்தில் ஒரு புதபோதகத் தைப் பிரசங்கித்தான் அவனுடைய கக்ஷிக்காரர் புறொடெஸ்டாண்டு என்னும் பெயலைக்கொண்டிருந்தார்கள். அப்போது அவர்களுக்கும் கத்தோலீக்கருக்கும் அல்மாஞ்தேசத்தில் சண்டையாரம்பித்தது.

உ. அந்தக்காலத்தில்தான் கல்வேன் என்பவன் புறொடெஸ்டாண்டி மார்க்கத்தைப் பிரான்சுதேசத்திற் போதித்தான். க—வது. பிரான்சுவா உ—வது. ஹான்றி இவர்கள் இராச்சியபாரஞ்செய்தகாலத்தில் பெருங் கலகம் உண்டாயிருந்ததில்லை ஆனால் அவர்களுக்குப்பின்வந்த அரசர்கள் மகாபலவீனமாயிருந்தமையால் வேதகலாபிஷால் மூண்டன குடிக ளுக்குள் விளைந்த எட்டுச்சண்டைகளினால் இராச்சியமுழுதும் அக்கினிப் பிரளயமாகவும் இரத்தக்களரியாகவுமிருந்தது.

௩. நூறுவருஷ யுத்தத்தின்போது பிராஞ்சுதேசமனுபவித்த துன் பங்களைத்திரும்பவும் அனுபவிக்கலாயிற்று வெளிக்கிராமங்களில் ஜனங் கள் வலசைபோனர்கள் எவ்விடத்திலும் இராஜ அதிகாரத்தை அலட் சியஞ்செய்தார்கள்.

ச. ஒருவர் ஒருவனாப்பகைத்தும் நல்லொழுக்கத்தின் சாத்மிகமான இத்தாங்கீளயுமறந்தமிருந்தஇதுல் சகலவித சதிமார்க்கங்களும் குற் றங்களும் அந்தக்காலத்தில் விசேஷித்திருந்தன.

ரு. இன்னெருதரம் பிறதேசத்தார் பிரான்சுதேசத்தாரின்பேரில் யுத் தத்திற்கு எத்தனித்தார்கள் ஷார்ல்கேன் சக்கிரவர்த்தியின் குமாரனகிய உ—வது. பிலிப் என்னும் எஸ்பாஞ்தேசத்தின் அரசன் நமது தேசத் திற்கு அதிபதியாகும்பொருட்டி இந்தக்கலக்கக்காலம் நல்லசமயமென்று எத்தனித்தான்.

சு - ச-வது. ஹான்றி அரசன் (கரு அகூ-ககூக0)

களஉ. ந—வது. ஹான்றி (கரு அகூ-ம். வருஷத்தில் கொ
லையுண்டிறந்தான் அவனுக்குச் சந்ததியில்லை.

களங. அவன் மைத்துனனும் நவார்தேசத்து அரசனு
மாகிய ஹான்றி தெபுர் போனுக்கு அரசாக்ஷி சுதந்தரமா
கவே இவன் ச—வது- ஹான்றி என்னும் நாமங்கொண்டு
பிராஞ்சுதேசத்தை யாண்டுவந்தான். (சசூ-ம். வரலாறு.)

சசூ—வது, வரலாறு. ஹான்றி அரசனுடைய பால்யபருவம்

க. ச—வது. ஹான்றி அரசன் போநகாரத்தினொரண்மீனயிற் பிறந்
தவன்.

உ. அவன் பிறந்தநாளில் அவன்பாட்டனுகிய நவார்தேசத்தாரசன்
ஒரு வெள்ளைப்பூண்டையெடுத்து அவனுடைய உதட்டில் தேய்த்து

(பொ. அரண்மனையில் ச—வது. ஹான்றி
யின் இளந்தைப்பருவம்.)

திராகூரசத்தின் ஒரு துளி
யை அவனுக்குப் புகட்டச்
செய்து பின்னையின் தேகத்தி
ற்கு அதிக பலமுண்டாகும்
படி அப்படிச செய்ததாகச்
சொன்னன்.

ங. ஹான்றி அரசன் ம
ன்னவாளேப்போல் வளர்க்
கப்படாமல் ஒரு படைச்சே
வகனேப்போல் வளர்க்கப்ப
ட்டு நாட்டுப்புரத்துப்பிள்ளை
களைப்போல் அவன் ஜீவித்

திருந்து ஓடுகிறதும் விளையாடுகிறதும் அவர்களோடு சண்டைபோடுகிற
தும் அவர்களிலும் அதிகநேர்த்தியாய் மரங்களிலேறுகிறதும் அலங்கங்
களையும் கற்பாறைகளையுந் தாண்டி குதிக்கிறதும் அவனுக்கு அப்பியாச
மாயிருந்தது.

ச. அதிபால்யத்தில் பிராஞ்சுதேசத்தின் அரண்மனைக்கு அவன்
வந்தான் அவன் பதிதறைகவிருந்து குடிகள் சண்டையில்கலந்திருந்து
அதில் விசேஷ சாமார்த்தியத்தைக்காண்பித்தான். சண்டையின்வருத்
தங்களையும் எவ்வித குறைகளையுங்குறித்து முறைப்பாடு சொல்லாமல்
சகிப்பான்.

ரு. புத்தி சூக்ஷமுள்ளவனுங் களரியுள்ளவனுமாயிருந்து எப்
பொழுதும் பகடிச்சொற்களைச்சொல்வான் ஆனல் வேண்டுஞ்சமயத்
தில் கண்டிப்புள்ளவனுமாசவிருந்து பிறர் தனக்குக்கீழ்ப்படியயவுஞ்செய்
துக்கொள்வான். அவன் நடக்கையில் சாத்தீகமாகவும் யாவர்மட்டிலும்
பட்சமுள்ளவனுமாகவிருப்பான் ஆனல் மென்பாடான கருத்துள்ள
வன். அவன் அரசாக்ஷிசெய்த பிராஞ்சுதேசத்தின் பெருமையை மற்
றவர்களைவிட நன்றுயுணர்ந்திருந்தான்.

கo.   சௌ—வது. ஹான்றி அரசன் தன் இராச் சியத்தை ஜெயித்துக்கொள்ளுதல்.

களச. சௌ—வது. ஹான்றி அரசன் புரொடெஸ்டாண்ட பேதிதனாயிருந்தபடியால் முதல்முதல் இராச்சியமுழுமையும் அவணை யரசனுக ஒப்புக்கொள்ளாமலிருந்தது. ஆனல் தன்னை ஒப்புக்கொள்ள மனதிராதவர்களை யடைக்கி வெற்றிக்கொ ண்டு கத்தோலீக்வேதத்தில் நுழைந்தான்.

களரு. அப்போது எதிர்த்தவர்களெல்லோரும் சௌ—வது ஹான்றி அரசனுக்குக்கீழ்ப்படியவே அவன் பரீஸ்நகரத்தில் பிரவேசித்தான். (கருகச.)

களசு. குடிகள் சண்டையை முன்னிட்டு அனுகூலமெ ன்று பிராஞ்சுதேசத்தின் காரியங்களில் கலந்துக்கொண்ட எஸ்பாஞ்தேசத்தானை யவன் ஜெயித்து அவர்களுக்குச் சமா தானமளித்தான். (கருகூஅ) (சௌ—ம். வரலாறு.)

சௌ—வது, வரலாறு. சௌ—வது. ஹான்றிஅரசனின் ஜெயங்கள்.

க. மையென்என்ற ஊரின் துய்க்பிரபுவானவன் எஸ்பாஞ்தேசத் தின் அரசனுடைய உதவியைக்கொண்டு தன் இராச்சியத்தை சௌ—வது. ஹான்றி ஜெயிக்காதிருக்கும் பொருட்டு பிரயாசைப்பட் டான்.

உ. சௌ—வது. ஹான்றியை அவன்எதிரிம்ம்போதெல்லாம் அவரைஜயித்தஞ்செய்துஜெ யித்தான் இவிரிகோமத்தின் சண்டையில் துய்க் பிரபுவின் போர்ச்சேவகர்களைவிட அவ னுக்கிருந்த போர்ச்சேவகாக ள்மிகவுங்கொஞ்சமாயிருந்தார் கள். ஆனல் அவன்தன் பட்

(சௌ—வது. ஹான்றி பரீஸ்நகரத்தில் பிரவேசித்தல்.)

டாளத்தைப்பார்த்து எண்சிநேகிதரோ நீங்கள் உங்கள் கொடிகளையிழந்து விடிவீர்களாகில் என்நிலச்சீராவில் சட்டியிருக்கும் வெள்ளை இறகுச்குச்சு உங்களுக்குக்கொடிக்குப்பதிலாயிருக்கும் அதைப்பின்தொடர்ந்துவாருங் கள் அது எப்பொழுதும் ஜயமகிமையடைவதைக் காண்பீர்களென்று வசனித்தான். மையென் பிரபுவின்பாணயம் முறியடிக்கப்பட்டது.

ங. கருகூச—ம். வருஷத்தில் சௌ—வது. ஹான்றி அரசன் பரீஸ் நகரத்தில் பிரவேசிக்கவே இந்த நகரத்தின் கோட்டைச்சிறைச்சால யில் காவலிருந்த எஸ்பாஞ்தேசத்தார் அதைவிட்டுப்புறப்பட்டுப்போக உடன்பட்டார்கள்.

சௌ. ஹான்றி அரசன்தான் பகல்போஜனஞ்செய்த வீட்டுக்குமுன் பாக அவர்களணியணியாய்ப்போகவே அவர்களைச் சன்னல்வழியாய்ப் பார்த்து உங்கள் எசமானுக்கு என்பேரால் உபசாரஞ்சொல்லுங்கள்; ஆனல் இவ்விடத்தில் இனிவராதிருங்களென்று அவன் வழக்கப்படி வேடிக்கையார்த்தமாய்ச் சொன்னன்.   (அ)

கக. இராச்சியத்தின் அரசாகூதி. சுல்லிஎன்பவன்.

கஎ. ச—வது. ஹான்றி அரசன் நாந்தப்பட்டணத்தின் சட்டத்தினல் புரோடெஸ்டாண்டுபேதிதர்கள் தங்கள்மதத்தை யநுசரிக்குஞ் சுதந்தரத்தையளித்தான்.

கஅ. அவன் இராச்சியத்தை மகாநேர்த்தியாய்ப் பரிபாலனஞ்செய்து நாட்டுப்புறத்தார் தன வந்தராகும்பொருட்டுப் பயிர்த்தொழிலை யாதரித்து அதற்குச் சர்வவுதவியுஞ் செய்தான் நாட்டுப்புறத்தார்கள் ஞாயிற்றுக்கிழமையாகிலும் கோழி இறைச்சி சாப்பிடும்படியாய் விரும்புகிறேனென்று சொல்லுவான்.

கககூ. தொழில்வேலைக்குந் தக்ககுழுக்குஞ்செய்தான்.

கஅ0. அவன் பிரதான மந்திரியாகிய சுல்லி என்பவன் அரண்மனே வருமானங்களைச் சீர்படுத்தினுன். (சஅ - ம். வரலாறு.)

க. சுல்லி என்பவன் சஅ—வது. ஹான்றி அரசனுக்கு அதிபாலிய முதல் சிநேகிதனுயிருந்தான் அவன் அரசனுக்கு விசேஷசிநேகிதனென் னும் பேர் வகித்திருந்தான்

(சஅ—வது. ஹான்றி சுல்லியுடன் சமாதானமாதல்.)

ஆலும் இரண்டு சிநேகிதர் களும் எப்பொழுதும் மன மொத்திருந்ததில்லை சுல்லி என்பவனுக்கு ஒரேவிதமா ன குணமு மிருந்ததில்லை தன் எஜமான் பிறர்மட்டில் கொண்டிருந்த அன்பின் டேரில் அவன் காய்மகார ப்படுவான் அநேக முறை சஅ—வது. ஹான்றி அரசனு க்குக்கோபமிட்டிருந்தால் அவர்

கள் திரும்பவுஞ் சமாதானமாகவேமாட்டார்களென்று நிஜனத்தார்கள்.

உ. நெடிநாளாய் அவர்கள் ஒருவரோடொருவர் பிணங்கிக்கொண்டு பேசாமலிருந்தபோது ஒருநாள் சுல்லி என்பவன் சிலகாரியங்களைக் குறித்து அரசனிடத்திற் பேசவந்தான் அவன்பேசி முடித்தவுடனே அரசனவனைப்பார்த்து யாவுஞ்சொல்லியாயிற்றுவென சுல்லிசகலமும் முகிந்ததென்றுசொல்ல அதற்கு அரசன் நாளேவென்றுல் உனக்குச் சிலகாரியஞ் சொல்லவேண்டியயிருக்கிறதென்றுன் அப்போது. அரசன் சுல்லியென்பவனேறுடி பட்சமாய்ப் பேசிக்கொண்டிருந்தான். பிற்பாடு அவன் கையைப்பிடித்துக்கொண்டு இராஜசபையார் கூட்டத்துக்கு முன்பாக அவனேயழைத்துக்கொண்டுபோய் அவர்களைப்பார்த்து சுல்லி யென்பவனே முன்நேசித்தைரவிட இப்போது அதிகயாய் நேசிக்கிறே னென்றுன்.

கஉ· ௪—வது· ஹான்றியின் மரணம்.

கஅக. பிராஞ்சுதேசமானது குடிகள் சண்டையில்இழந்து விட்ட பலன்சௌ ௪—வது. ஹான்றி பரிகரித்தான் அவன் அல்மாஞ்தேசத்திற் சண்டை செய்யப்போக எத்தனித்தான் ஆறுல்ரவாய்யாக் என்னும் ஒரு துஷ்டனுல் அவன் கொலே யுண்டான். (கசு௪0) (௪கூ - ம். வரலாறு.)

கஉ·கஈ-வது·லுய் அரசனும்ரிஷ்லியேஎன்பவரும்

கஅஉ. ௪—வது. ஹான்றியின் குமாரனகிய கஈ—வது· லுய் சிறுவயதாயிருந்தமையால் பிரதிராஜரீகம் அவன்தாயா கிய மரிதெமெதிசீஸ ஆளும்படிகேரிட்டது.

கஅந. கஈ—வது. லுய் அரசனுக்குத் தகுந்தவயதுவந்த போது அவன் முதல் முதல் விவேகமற்ற மந்திரிகளேத் தெரிந்துக்கொண்டான். ஆனல் - கசு௨௪ - ம். வருஷத்தில் அவன் ஆலோசனைச்சங்கங்களுக்கு ரிஷ்லியே என்ற பாப்பு சங்கத்தின் மேற்றிராணியாளை அழைத்துக்கொண்டான்.

௪கூ—வது, வரலாறு. ௪—வது. ஹான்றியின் மரணம்.

க. கசு௪0-ம். வருஷத்தில் ௪—வது ஹான்றியின் பாணயம் முஸ்தி.ப்பாசவிருந்து யுத்தத்திற்குப் பிறப்பட்டுப் போகிறதற்காக அவனுக்குக் காத்துக்கொண்டிருந்தது.

உ. அல்மாஞ்தேசத்திற்கு அவன் பிறையாணத்திற்காசச் குறிக்கப் பட்டதினத்திற்கு முதல்நாள் அரசன் லூவர்என்றஅரணமனேயிற் கொ ஞ்சம் வியாதியாகவும் விசன மாகவுமிருந்தமையால் உலா த்தப்போகும்படியாக அவ னுக்குஆலோசனைக்கொடுக்க அவன்இரத்தத்தைககட்டிவர ச்சொல்லி சுல்லியென்பவனே ப்பார்க்கப் போகவேண்டுமெ ன்று தீர்மானித்தான்.

ங. வழியில் பலவண்டி கள் நெருங்குஞ்அ நிறுத்த ப்பட்டதிுல் அரசன் இர தமும் சற்றுமிநேரம் தாமதப் பட்டது. அப்போது அரச

(ரவாய்யாக் ௪—வ௫. ஹான்றி அரசனேக்கொலேடரிதல்.)

ஊனக் கொல்லெசெய்ய வேண்டுமென்று தெரிராளாய் எண்ணங்கொண்டிரு ந்த ஓர் துஷ்டன் இரதத்தைத் நுடர்ந்துபோயி சரம் நின்றிருந்த சம யம்பார்த்து அவ்விடத்தில்நாட்டியிருந்த ஒரு கல்லின்டேரிலேஏறி ௪ வது. ஹான்றி அரசனேக் கட்டாரியா லவன் விலயிற்குத்திருன். அரசன் என்னேக்குத்திப்பொட்டார்என்று கூக்குரல்ட்டிக் கையயத்தூக்கி முன் ஆனல் ரவாய்யாக் என்டவன் பின்மிருந்தரங்குத்தவே அது இருதயத்திலிருக உடனேஅரசன் பெருமூச்செறிந்து இறந்துபாளன்.

௬௪. ரிஷ்லியேசெய்த ஏற்பாடுகள்.

௬௩. ரிஷ்லியே என்பவர் பிரபுக்களை முறைமைக்குக்கீழ்ப் படியும்படியாய் உடன்படுத்தின துமன்றி மேன்குல மன்னவர் களாயிருந்தபோதிலுந் தன்கட்டளைக்கு நிராகரிப்பவர்களாச் சாவுக்குத் தீர்ப்பிடச்செய்தார். (௫0 - ம். வரலாறு.)

௬௫. புரோடெஸ்டாண்டு பதிதர்கள் தங்கள் மதத்தை யநுசரிக்கும்படியாய் சுதந்திரங்கொடுத்தார். ஆனல் அவர் களுக்குக்கொடுத்திருந்த விசேஷசுதந்தரங்களையும் எதிர்த்து கலகஞ்செய்வதற்கான வழிப்பாடுகளையும் நீக்கிவிட்டார்.

௬௬. படைகளையும் கப்பல்ராணுவத்தையும் ஏற்படுத்தி எஸ்பாஞ்தேசத் தரசன்பேரிலும் அல்மாஞ்தேசத்து சக்கிர வர்த்தியின் பேரிலும் சண்டைதொடுத்தார் அந்த யுத்தம் பிராஞ்சுதேசத்திற்கு விசேஷமகிமையை வருவித்தது.

௬௭. அவர் மந்திரியாயிருந்தகாலத்தில் அல்சாஸ், அர்த் துவா, ரூசியோன் என்னும். ஊர்கள் ஜெயிக்கப்பட்டன.

௬௮. ரிஷ்லியே என்பவர் - ௧௬௪௨ - ம். வருஷத்திலிறந் தார் ௧௩—வது. லுய் அரசன் - ௧௬௪௩ - ம். வருஷத்தி லிறந்தான்.

௫0—வது, வரலாறு. ரிஷ்லியேவும் பிரபுக்களும்.

௧. அரசன் அநேகம் பிரபுக்களுக்கு மரணத்தை வருவிக்கத்தக்க இருவர் குத்துசண்டைசெய்யக் கூடாதென்று ஓர் சட்டஞ்செய்திருந்

தும் - ௨௨ - முறை குத்துச்சண்டை செய்ததற் காக ஊருக்குவெளியே துரத்தப்பட்டிருந்த புத் வீல் என்னும் பிரபுவேணுமென்று பாரிஸ்நகர த்திற்குத் திரும்பவந்து பட்டப்பகலில் பறஇத் தமான ஓரிடத்திற் சண்டைசெய்தான். அவன் பிடிக்கப்பட்டு சாவுக்குத்தீர்ப்பாகிக் கொல்லப்ப ட்டான்.

௨. மோன் மொராண்சி என்னுந் துய்க்பிர புபிராஞ்சுதேசத்தின் தென்றறத்தில் எதிர்த்த திருல் சேயில் ஆயுதங்கொண்டிருக்க அவனை ப்பிடித்து மரணத்திற்குத் தீர்மானித்தார்கள் ஜனங்களும் குருக்களும் பிரபுக்களும் அவனு க்காக மன்னிப்புக்கட்டார்சள் ஆயினில் அவன் பிராஞ்சுதேசத்தின் உயர்குல பிரபுக்க

(௧௬௩௨—வது. லுய் அரச
னின் மந்திரியாகிய
ரிஷ்லியே கர்தினல்.)

ளிலொருவனாயிருந்தான். ஆனல் ரிஷ்லியேயும் அரசனும் மனஞ்சிர்சாததிரூல் மொன் மொரா ஞ்சி கொலேகளத்திற் சொல்லப்பட்டான்.

௧௬. ௧௪-வது. லூய் அரசனும் (௧௬௪௩-௧௭௧௫) மஹாரேன் என்பவரும்.

௧௭௧௪. ௧௪ வது. லூய் ௧௩ வது. லூய்க்குப்பதிலாக வந்த போது ஐந்து வயதுள்ளவனையிருந்தான்.

௧௭௰. பிரதி ராஜரீகம் அவன் தாயாகிய ஆன்தொத்ரீஷ இராக்கினிக்குச்சொந்த மாயிருந்தது அவள்தனக்கு மந்திரியாக மஸாரேன் என்னும்பாப்பு சங்கத்துமேற் றிராணியாளாத் தெரிந்துக்கொண்டாள்.

௧௭௧௪. மஸாரேன் என்பவர் ரீஷ்லியே துவக்கின வேலையை முடித்தார்.

௧௭௫௨. கோந்தேயும் (௱௬-ம்.வரலாறு) துய்ரேன் என்பவனும் அல்மாஞ் தே சத்தார்பேரிலும் எஸ்பாஞ்தேசத்தார் பேரிலும் பெருஞ்ஜெயங்களடைந்தார்கள். 

(அரண்மனை உடைய ணிந்த ௧௪-வது.லூய்.)

௧௭௪௮. ௧௬௪௮ - ம். (ஸ்) த்தில் அல்மானியர் அபஜெயப் பட்டுப்போனவர்களாகத் தங்களயொப்புக்கொண்டு வெத்ஸ் வ்பாலி என்றவூரின் சமாதான உடன்படிக்கையில் கையெழு த்துவைத்தார்கள்.

௧௬௫௭. ௧௬௫௭-ம்.ஸ்ல்த்தில் எஸ்பானியரும் பிரன்னேஎன்ற சமாதானஉடன்படிக்கையிற் கையொப்பம் வைத்தார்கள்.

௱௬—வது, வரலாறு. கோந்தே என்பவன்.

௧. ௧௪—வது. லூய் சிங்காசனமேறின தினத்திற்கு மறு நாளிலேயே கோந்தே என் பவன் ரெருக்குருவா ஊரின் பெருஞ் சண்டையில் எஸ் பானியர்பேரில் ஜெயங்கொ ண்டான் உலகத்திலுள்ள ப டைகளுக்கு மேலானதென் று எண்ணப்பட்டிருந்தஸ் பாஞ்காலாட்படையைகா ந்தே அன்றயத்தினம் அழி

(ரெருக்குருவா நகரிண் ஜெயஸ்றமுகாய் கோந்தே.)

த்துவிட்டான். ௧ வது. பிர என்சுஹா மரிந்ஞான் என்ற வூரில்யுத்தஞ்செய்தபோது அவருக்கு இருபத்திரண்டுவயதிருந்ததுபோல ரெருக்குருவா சண்டையில் இந்தக்கோந்தேயுக்கும் ௨௨—வயது நடந்தது.

௨. பிறகு கோந்தே வேறுபல ஜெயங்களடைந்தான் அவன் வீர முன்னவனும உக்கிரமுள்ளவனும் படைச்சேவகர் இரதத்தைச்சிந்தப் பின்னிடையாதவனும் ஒன்றுக்குந்தடைபடக்கூடாதவனுமான தளக் கர்த்தனுயிருந்தான்.

கசூ. அரசாக்ஷிக்கு விரோதமானகக்ஷி. அர்ச். வேனசாந்தெபோல் என்பவர்.

கஙரி. மஜாரோன் என்பவர் நிற்பாக்கியமாய் எல்லோரை யுந் தன்பேரில் எதிர்க்கும்படியாய்ச் செய்துகொண்டார் அது அரசாக்ஷிக்கு விரோதகக்ஷியென்று சொல்லப்பட்டது.

கஙசா. அந்தக்கலகம் நாலுவருஷம் நீடித்து அரசாக்ஷிஜய த்தால் முடிவு பெற்றது.

கஙஙா. அக்காலத்தில் அர்ச். வேன்சாந்தெபோல் என்ப வர் தன்னுடைய பரோபகாரத்திஞல் பிரபலமாஞர். (ரு௨-ம். வரலாறு.)

ரு௨-வது, வரலாறு. அர்ச். வேன்சாந்தெபோல் என்பவர்.

க. அர்ச். வேன்சாந்தெபோல் என்பவர் கன்னியாஸ்திரீசளின் தருமசபையை ஏற்படுத்திஞர்.

உ. தர்மசபையின் மன்னவதிகள் என்றுசொல்லுந் தனவந்தரான ஸ்திரீகள்கூடிய ஓர்வித தர்மகூட்டத்தையும் ஏற்படுத் திஞர் அர்ச். வேன்சான் என்பவர் வீதிகளில்கண்டெ டுத்த அல்லது கண்டெடுத்து வர உத்திரவ செய்திருந்த அநாதிப் பிள்ளைகளை அந்த ஸ்திரீகள் வளர்த்துக்கொண டிருந்தார்கள்.

(அர்ச். வேன்சாந்தெபோல் தர்மபரிபாலிகளுக்கு நாதியற்ற பாலர்களை கைவிடா மலிருந்து போதித்தல்.)

ங. தரித்திரம் மேவிட் டிருந்தபடியால் அந்த ஸ்தி ரீகள் தாங்கள் செய்த தர்ம வேலையை சிறுத்திவிடுவதாக ஒருநாள் சொன்னார்கள்.

ச. அர்ச். வேன்சான் என்பவர் அவர்களைக் கூட்டமாகவரவழைத்து அவர்கள் உதவியால் வளர்ந்தபிள்ளைகளை யவர்களுக்குக்காண்பித்துச் சொன்ன தாவது மன்னவதிகளே யிந்தப்பாலர்களை யுங்கள்பிள்ளைகள் போல் அங்கீகரித்துக்கொண்டீர்கள் அவர்களின் தாய்மார்கள் அவர்களை விட்டுவிட்டதுமுதல் நீங்களே அவர்களுக்குத் தாய்களாகயேற்பட்டீர்கள் நீங்களும் இப்பொழுது அவர்களைக் கைவிட்டுவிட்டதகுமாயென் றுமலா யிபுங்கள் அந்தப்பிள்ளைகளுக்குத் தாய்மார்களாயிருப்பதைவிட்டு அவர் களின் நியாயாதிபதிகளாயிருங்கள் அவர்கள் பிழைப்பதும் இறப்பதும் உங்கள் மனதிலடங்கியிருக்கிறது உங்களுக்கும்விச்சிதிகளைப் போடச் செய்வித்துப்போகிறேனென்று யசனித்தார் தர்மசபையின் மன்னவதி கள் இந்தப்பிரசங்கத்தைக்கேட்டவுடனே மனமிரங்கித் தர்மவேலையை நடத்துவதற்குத் தங்களுக்கு விசுவந்தாரென்றும் வளிப்படுத்திஞர்கள்.

கள. கசு—வது லுய் அரசனின் சுய அரசாகூதி. கொல்பேர் என்பவர்.

ககஅ. மஅர்போன் - ககசுக - ட. (ஹ) த்தில் இறந்து போகவே அதுமுதல் கசு—வது. லுய் தன் சுயேச்சையாய் அரசாகூதிசெய்தான்.

ககஉ. அவன் தன் மந்திரிகளை மகாதிறமையாய்த் தெரிந்துக்கொண்டான். கொல்பேரும் லுவ்வாவும் மிகவும் பிரக்கியாதைபெற்ற மந்திரிகளாயிருந்தார்கள்.

உ00. கொல்பேர் இராச்சியவருமானங்களுக்கும் பயிர்த் தொழில் சாஸ்திரத்திற்கும் வியாபாரத்திற்கும் பொதுமரா மத்து வேலகளுக்கும் கப்பல் விசாரணைக்கும் நாகரீகத் தொழில்களுக்கும் எகாலத்தில் மந்திரியாக விருந்தான். (நிக - ம். வரலாறு.)

நிக—வது, வரலாறு. கொல்பேர் என்பவன்.

க. கொல்பேர் ரேம்ஸ்நகரத்து ஒருவியாடாரியின் குமாரனயிருந் தான் அவன்தன் சொந்தமுயர்ச்சியினூல் தெரியபிரபுக்களுக்குமேலான அந்தஸ்திலுயர்ந்தான்.

உ. அரண்மனை வருமானங்களை மகாநேர்த்தியாய்ச் சீர்ப்படுத்தி கசு—வது. லுய் சமாதானகாலத்திலுஞ் சண் டைகாலத்திலுஞ்செய்த பெருஞ் செலவுகளுக் குப்போதுமான திரவியத்தைக்கொடுத்தான்.

ங. பயிர்த்தொழிலேயும் தொழில் சாஸ்திரத்தையும் வியாபாரத்தையும் முக்கியப்படுத்தி ஞன். ரஸ்தாக்களை ஏற்படுத்தவும் வாய்க்கால் களை வெட்டும்படிக்குஞ்செய்தான் எவ்வளவு அழகான சண்டைக்கப்பல்களை செய்வித்தா னென்ரூல் அக்காலத்தில் உலகத்தில் எந்தத் தேசங்களின் சப்பர் படைகளைப்பார்க்கிலும் பிராஞ்சுகப்பற்படை சிறந்ததாயிருந்தது.

(ஈசு—வது. லுய் அரச னின் மந்திரியாகிய கொல்பேர்.)

ச. கொல்பெராப்போலதுவ்வளவு உழை ப்பாளியாயிருந்த மனிதர் அருமை நாளொன் றுக்கு—கள—மணிநேரம் இராச்சிய அலுவல் களில் கவனித்திருந்தான் வீஸ்வார்த்தைப்பேசு கிறவர்களை அவன் நேசித்ததில்லை அவனைச்சலைவைக்கல் மனித னென் பார்களை சிபாரிஸ்காரர்கள் அவன்தடித்த புருவத்தையும் திறாந்தநெற்றி யையும் குழிந்த கடிகடப்புள்ள கண்களையும்பார்த்து பயப்படுவார்கள்.

ரு. ஒர் நாள் ஒர் பெண்பிள்ளை அவனிடத்தி,ப்,சிபாரிஸ்செய்ய அவன் மறுமொழிசொல்லாதிருந்தபடியால் அவள்மறுபடியும் அவனத்தொந் தரைசெய்து அவன்முன்பாக முழந்தாளிருந்தாள் அவனத் துரத்திவிட வதற்காக கொல்பேர் தானும் அவள்முன்மாக முழந்தாளிருந்து அவளை ப்பார்த்து அம்மா என்னை இளைப்பாறவிட்டுவிடென்று மன்ருடினன்.

சு. கொல்பேர் தன் அரசனூல் போதுமான பிரதிஉபகாரம்பெறுமல் அதிக வேலையினூல்மெலிந்து—ககூ அஎ—ம். வருஷத்திலிறந்துபோளன்.

கஅ. லுவ்வா என்பவன்.

உ0க. லுவ்வா பட்டாளத்தின் உத்தியோக ஸ்தர்களும் சேவகர்களும் நல்லொழுக்கத்தை யநுசரிக்கும்படியாய்ச் செய்துவந்தான் (ரூசு - ம். வரலாறு) அவன்பாளையங்களேச் சீர்ப்படுத்தினதிஞல் கஈ—வது. லுய்யின் தளக்கர்த்தார்கள் இவ்வளவு ஜெயங்களே யடையும்படியாயிருந்தது.

கஉ. கஈ—வது. லுய் அரசனின் ஜெயங்கள்.

உ0உ. பிராஞ்சுதேசத்தின் பலங்கள் இந்தநல்ல அரசாக்ஷியிஞல் அதிகரித்தபோதிலும் நிற்பாக்கியமாய் கஈ-வது. லுய் விடாதயுத்தங்களிஞல் அவைகளே மெலிவுறச்செய்தான்.

உ0க. அவன் முதல் முதல் ஜெயசீலனுய் முதல்நடந்த யுத்தத்தில் ஸ்ல்நகையையுமின்னம் வேறநேக நகர்களேயும்பிடித் துக்கொண்டான் (கஈசுசுஅ.)

உ0ச. அவன் இரண்டாவதுயுத்தத்தில் பிரான்ஷகோந்தே ஊரைப்பிடித்துக்கொண்டான் (கஈசுஎஅ.)

ரூஈ—வது, வரலாறு. லுவ்வா என்பவன்.

க. லுவ்வா என்பவன்காலத்தில் ராணுவபெரிய உத்தியோகஸ்தர்கள் ஏறக்குறைய முழுமையும் உயர்குலத்தார்குள் நியமிக்கப்பட்டிரு

ந்தார்கள் அவர்கள் அந்தஸ் தின் கடைமைகளேப் பெரு ம்பான்மையும் அசட்டை செய்து வந்தார்கள் லுவ்வா அவர்களுக்கு அவைகளே ஞா பகப்படுத்திஞன்.

உ. ஓர்நாள் மேலான உயர்குலத்திற் பிறந்த ஓர் படைத்தலைவனே நோக்கி யாவரும் பார்த்திருக்க ஐயா உன்பட்டாளம் கெட்ட அந் தஸ்தில் இருக்கிறதென்று சொல்ல அதற்குப்படைத்த

(லுவ்வாஎன்னும் போர்மந்திரி ஒருசேனைத் தலைவன் தன்சேனையை ஒழுங்காய் வைத் திராததை முன்னிட்டுக் கண்டித்தல்.)

லேவன் மறுமொழியாக ஐயா அது எஎக்குத் தெரியாதிருந்த தென்றுன் லுவ்வா மறுபடியும் அவனேநோக்கி யதை யறிந்திருக்க வேண்டும் அதைப்பார்த்தாயாவென்று சொல்லமறுபடியும் படைத்தலைவன் இல்லை ஐயா வென்றுன் இவன் அதைப்பார்த்திருக்க வேண்டுமென்றுரைக்க அவனந்தப்படி கட்டளையிம்வேவென்றுன் லுவ்வா என்பவன் படை த்தலைவனேநோக்கி ஐயா அந்தக்கட்டளையை ஏற்கெனவே கொடுத்திருக் கவேண்டும், ஏஎன்றுல் கடைசியாய் ஓர்படைத்தலைவனேயிருக்கும் போது தன் கடைமையைச்செய்யவும் அல்லது முகஸ்துதிகாரனுயிரு க்கவும் இரண்டிலொன்றைத்தெரிந்துகொள்ள வேண்டுமென்று வச னித்தான்.

உ0ரு. இந்த உ—வது. யுத்தத்தில்தான் துய்ரேன் என்பவனிறந்துபோனன். (ருரு - ம். வரலாறு.)

உ0. கசு—வது. லுய் அடைந்த புதுஜெயங்கள்.

உ0சா. இன்னமும் கசு—வது. லுய்யின் தளகர்த்தருக் குள் வொபானும், லுய்க்ஷாம்பூ ரும் வில்லாரும், கப்பற்படைத்த லேவர்களுக்குள் துர்வீலும் துய்க் கேனும் விசேஷமானவர்கள்.

(வொபான் என்பவன் பலப் படுத்திய நகர்.)

உ0எ. கசு-வது. லுய்தன்பேரில் ககூடிகூடிவந்த ஐரோப்பாகண்டத் தின் பேரில் தொடுத்தமூன்றுவது யுத்தத்தில்இன்னமுஞ்ஜெயங்களூ யடைந்து நாந்தகர் சட்டத்தை யழித்துவிடவே புறொடெஸ்ட்டா ண்ட்மார்க்கத்தார் அன்னியதேசத்திற்குப்போய்விட்டார்கள்.

ருரு—வது. வரலாறு. துய்ரேன் என்பவனின் மரணம்.

க. துய்ரேன் கோந்தேயைப்போல பிரபல்யமுள்ள தளகர்த்த ரைகவிருந்தபோதிலும் இவ்விருவர் குணங்களும் பேதகமாயிருந்தன துய்ரேன் கோந்தே என்பவனிலுங்கொஞ்சம் சிலாக்கியமுள்ளவனும் அதிக விவேகமுள்ளவனுமாகவிருந்து படைச்சேவகரால் மிகவும்நேசிக் கப்பட்டு அவர்கள் இரத்தத்தை வீணிற்சிந்தாமற் காப்பாற்றுவான்.

உ. அல்மாஞ்தேசத்தாரால் அபகரிக்கப்பட்டிருந்த அல்சாஸ் என்ற ஊரா – ககூஎரு – ம். ஹுல த்தில் பிரபலஜெயத்தால் விடுதலைசெய்தான் பின்புறென்நதியைக்கடந்து ஓர் பெருஞ் ஜெயங்கொள்வ தற்குச் சகல முஸ்திப்புஞ் செய்திருந்தான்.

(துய்ரேன் மரணமடைதல்.)

ரு. யுத்தத்துக்காகக் கு றிக்கப்பட்ட முதல்நாள் சத் துருக்களின் நிலையையறிய இரண்டு மணிக்கு குதிரை மீதிலேறினன் சேந்த்திலேர் என்னும் ஓர் பிரபு அவனே நோக்கி அதோ அவ்விடத் தில் நான் ஸ்தாபித்த மோர் ஜாவைக்கண்ணேக்கி அருளுமென்று வசனிக்கவே துய்ரேன் திரும்பிப் பார்க்க அக்ஷணமே ஓர் பீரங்கிக்குண்டு சேந்த்திலேரின் கையை முறித் துக்கொண்டு துய்ரேன் என்பவனுடைய இருதயத்திலுருவிற்று உடனே இவன் விழுந்திறந்துபோனன்.

சு. அவ்விடத்திலிருந்தவர்களெல்லோரும் விசனக்கூக்குரலிட்டார் கள். சேந்த்திலேர் என்பவனின் குமாரன் முழுதும் இரத்தம்துவைந் திருந்த தன் தகப்பன்பேரில் விழுந்தழுதான் சேந்த்திலேர் என்பவன் அவனைப்பார்த்து என்மகனே அழாதிரு அழவேண்டியதெனக்காகவல்ல இந்தப்பெரிய மனிதனுக்காக அழவேண்டுமென்றுன். (கூ)

உக. கசு—வது. லுய்யின் அபஜெயங்கள்.

உ௦அ. களஉ - ம். (ஹூ) த்தில் ஆரம்பித்து - களகச - ம். ஹூ த்தில் முடிந்த காலாம்யுததத்தில் பிராஞ்சுப்படைகள் ஏறக்குறைய எல்லா விடங்களிலும் தோர்வையடைந்தன பிராஞ்சுதேசம் சத்துருக்களால் சூழப்பட்டிருந்தது.

உ௦கூ. வில்லார் அடைந்த சிலஜெயங்களினுல் மகிமைக் குரிய சமாதான உடன்படிக்கை செய்யுமபடியாய் நேரிட்டது.

உக௦. கசு—வது. லுய் சிலநாட்சென்று இறந்துபோனுன் (களகரு) (ருசூ - ம். வரலாறு.)

ருசூ—வது, வரலாறு. கசு—வது. லுய் அரசனின் மரணம்.

க. கசு—வது. லுய் - எஉ - வருஷம் இராச்சியபாரஞ்செய்தான் அது பிராஞ்சுதேசத்தின் சரித்திரத்தில் மிகவும் நீடித்த இராச்சியபார மாயிருந்தது.

உ. அவன் மிகுந்த விருத்தாப்பியனுய் ஜீவித்திருந்தபடியால் தன்னிடத்தில்சேவித்த பெயர் போன மந்திரிகளும் தளகர்த்தரும் இறந்துபோவதைப்பார்க்கும்படியாய்ச் சம்பவித்தது தன்சொந்த பந்துக்களும் இறந்துபோவதையும் பார்க்கும் படியான துயரத்தைக் கொண்டிருந்தான் எஎனென்றுல் அவன் குமாரனையும் அவன் பேரனையும் அவன் மகன் பேரப்பிள்ளைகளிலொருவனையும் இழந்து விட்டான். கடைசியாய் எஎ—வயதுள்ள இவ்வரசனுக்கு - ரு - வயதுள்ள ஒரு

(கசு-வது. லுய் உயிர்விடுமுன் கரு-வது. லுய் ஆகவேண்டியதன் பௌத்திர னின் புத்திரனுக்கு புத்திமதி கள் சொல்லுதல்.)

குழந்தையைவிட வேறே பாத்தியஸ்தர்களிருந்ததில்லை.

ந. சாகிறசமையததில் கரு—வது. லுய் என்னும் இந்தக்குழந்தை யைத் தன்னிடத்திலழைப்பித்து அதைப்பார்த்துச் சொன்னதென்ன வென்றுல் அப்பாகொஞ்சத்துக்குள் நீயொருபெரிய இராச்சியத்துக்கு அரசனைகப்போகிருய் சடவுள்மட்டில் நீசெலுத்தவேண்டிய கடைமை களைப்பரிச்சேதம் மறவாதிரு அடுத்ததேசத்தாரோடு சமாதானமாயிருக் கப்பிரயாசைப்படு நான் யுத்தத்தை விபரீதமாய் நேசித்தேன் அது.விஷ யத்திலும் நான்செய்த பெருஞ்செலவு விஷயத்திலும் என்னைக்கண்டு பாவிக்காமலிரு எல்லாக்காரியங்களிலும் ஆலோசனைக்கேட்டு நடந்துக் கொள் உன்னுல் கூடியமட்டும் உன் ஜனங்களை யாதரித்துவருவதுமன்றி நான்தானே செய்யக்கூடாமற்போன நற்கிரிகைகளைச் செய்யென்று வச னித்தான்.

௨௨. கச—வது. லுய் அரசன் ஜீவித்த நூற் றுண்டின் பெரியகிரந்த கர்த்தாக்கள்.

௨௩௧. கச—வது. லுய்காலத்தில் பெரிய கிரந்தகர்த்தாக் களும் பேரோங்கிய காகரீகத்தொழில் சாஸ்திரிகளும் இருந் தார்கள். அவர்களே கச—வது. லுய் ஆதரித்துவந்தான்.

௨௩௨. கொர்னெயில், ரசீன் என்பவர்கள் துயரவாசகப்பா செய்த பெரியவித்துவான்கள். மொலியேர் என்பவன் பேர் பெற்ற நாடகவித்துவான். (௭௭ - ம. வரலாறு.)

௭௭—வது, வரலாறு. கொர்னெயில், ரசீன், மொலியேர் என்பவர்கள்.

---

௧. கொர்னெயில் என்பவன் புண்ணியவான்களும் தைரியவான்க ளும் மேலான நற்குணமுள் ளவர்களுமா யிருந்தவர்களு டைய துயரவாசகப்பாக்களே யுண்டு பண்ணினுன் அந்த வித்துவானுக்குப் பெரிய கொர்னெயில் என்று பெய ருண்டாயிருந்தது.

௨. ரசீன் என்பவன் செய் த துயர வாசகப்பாக்களில் அத்தாலி என்பது மிகவுஞ் சிறந்தது உயர்குல பாலியப் பெண்கள் படித்த சேன்சிர்

(ரசீன் சேன்சிர்நகரத்து மடத்தில் அத் தாலிநாடகம் நடத்தல்.)

என்ற பெண்கள் மடத்தில் அதுபடிக்கப்பட்டது அந்த வாசகப்பா படிக் கவேண்டிய ஒழுங்குகளே பாலியப்பெண்களுக்கு ரசீன் என்னுஞ்சாஸ் திரிதானே வந்து கற்றுக் கொடுத்தான்.

௩. மொலியேர் என்ப வன் தன்நாடகங்களில் சகல பழுதுகளாயும் துற்குணங்க ளாயும் வீண் சிலாக்கியத்தை யும் உலோபித்தனத்தையும் கள்ளஞானத்தையும் பரிகா சஞ்செய்துக் கண்டித்தான். அரசன் மொலியேர் என்ப வனே மகிமைப்படுத்தும்பொ ருட்டு அவனேத் தன்பந்தியி ல்வைத்துக்கொண்டு போஜ

(கச—வது. லுய் மொலியேரைப் பெரு மைப்படுத்தத் தன்னுடன் சமபோ ஜனம் புரியச்செய்தல்.)

னஞ்செய்தானென்றுஞ் சொல்லுகிறார்கள் அரசன் பெரியபிரபுக்களுக்கு முதலாய் அந்தமகிமையைச் செய்ததில்லே.

உங. புவாலோ என்பவனும் லப்வோன்தேன் என்பவனும் பொசுய்யே என்பவரும்.

உகட. புவாலோ கண்டஊனநூல்களைச் செய்தான், லப்வோன்தேன் என்பவன் கதைகளையுண்டுபண்ணினன் (நுஅ-ம். வரலாறு.)

உகச. மொககரத்தின் மேற்றிராணியாராகிய பொசுய்யே என்பவர் மஹாபெரிய நூலாசிரியரும் விசேஷப்பிரபல பிரசங் கியுமாயிருந்தார். (நுகூ - ம். வரலாறு.)

உகரு. கச-வது. லுய் அவனைத்தன் குமாரனுக்கு உபாத் தியாயராகத் தெரிந்துகொண்டான்.

நுஅ—வது, வரலாறு. லப்வோன்தேன் என்பவன்.

(கதாப்பிரசங்கியாகிய லப்வோன்தேன்.)

க. லப்வோன்தேன்சுபாவகாரியத்தை நேசித்து மிருகங்களுஞ் ஜீவஜெந்துக்களும் நடக்குமுறையைக்கவனித்துவந்தான். எறு ம்புகள் வேலைசெய்வதைப் பார்ப்பதும் அல் லது நெடுநேரம் ஒரு பூனைசெய்கிற துஷ் டத்தனங்களைக் கவனிப்பதும் அவனுக்கு வழக்கமாயிருந்தது.

உ. அவன் எழுதிவைத்த அழகான கதைகளைப் பார்க்கையில் மிருகங்களையும் மனிதர்களையும் மகாநேத்தியா யறிந்திருந் தானென்று விளங்குகிறது.

நுகூ—வது, வரலாறு. பொசுய்யே என்பவர்.

க. பொசுய்யே என்பவருடைய முக்கியமான பிரசங்கங்களெவை யென்றால் இரண்டு இராக்கினிகளுட்பட அநேகம் பெரியமனுஷர்களு டைய துக்கச்சடங்குகளில் அவர்சொல்லிய துக்கப்பிரசங்கங்களாயிருந் தன மனிதர்களுடையசெல் வங்கள் அழிந்துபோவதை க்குறித்து மகா அலங்கார மாயவர் பேசியிருக்கிறார்.

(பொசுய்யே அரண்மனை உத்தியோகஸ் தர்மூன் துக்கப்பிரசங்கஞ்செய்தல்.)

உ. பொசுய்யே என்ப வர் தன்ஜீவியத்தின் கடை சிவருஷங்களில் தன்விசார ணைக் கிறிஸ்துவர்களை முழு தும் கவனித்து நடத்தும் பொருட்டு மோ என்றவூரின் மேற்றிராணிவிசாரணை ஸ்த லத்திற்போய்விட்டார் நெடு ங்காலம் வெர்சாய்ல்நகரத்து

க்கோவிலில் பிரசங்கித்த இந்த மேற்றிராணியார் ஏழையான நாட்டுப் புறத்தார் மூன்பாகக் இராமக்கோயில்களில் பிரசங்கித்துவந்தார்.

உ௪. பெனலோன் என்பவர்.

உ௪௬. கம்ப்ரோ நகரத்தினதி மேற்றிராணியாராகவும் விசேஷ கிரந்தகர்த்தாவாகவும் இருந்த பெனலோன் என்பவர் ௪௪-வது. லுய்யின் பேரனுகிய புர்கோன் துய்க்பிரபுவின் உபாத்தியாய ராயிருந்தார். (௬0 - ம். வரலாறு.)

௬0—வது. வரலாறு. பெனலோன் என்பவர்.

க. ௪௪—வது. லுய்யின் பேரனுக்கு உபாத்தியாயராயிருந்த பென லோன் என்பவர் அவனை எவ்வளவுநேர்த்தியாய் கற்பித்தானென்ரூல் பிராஞ்சுதேசமுழுமையும் இந்த பால்யமன்னவான்மட்டில் டெரிய எண் ணங்கொண்டிருந்தது ஆகுல் இவன் அரசாளாமல் இறந்துபோளுன்.

உ. பெனலோன் என்பவர் கம்ப்ரோ என்னுந்தன் விசாரணைஸ்சலத்தில் தன் ஜீவியத்தின் கடை சிகாலங்களைப் போக்கிளுர் அப்போது ௪௪—வது. லுய் யின் கடைசி யுத்தகாலமா யிருந்தது சத்துருக்கள் அவ ருடைய விசாரணைநாட்டை வந்து சூழ்ந்துக்கொண்டபடி யால் அவ்விடத்தில் மிகுந்த தரித்திய மூண்டாயிருந்தது அப்போது அவருடைய தர் மத்தை யாவரும் அதிசயிக் கும்படியாக நடத்திவந்தார்.

(புர்கோன் துய்க் மன்னனின் ஆசிரிய ராகிய பெல:லோன்.)

௩. சத்துருக்ளைக் கண் டோடின நிர்ப்பாச்கியவான்களுக்கு அவர் தன் அரண்மனையில் பந்தி போஜனஞ்செய்விப்பார்.

௪. ஓர் நாள் பால்யவயதுள்ள ஓர் நாட்டேப்புரத்தான் சாப்பிடாமலிருப்பதைக்கண்டு என்சாப்பிட வில்லேயென்று அதிமேற்றிராணியார் அவ னைக்கேட்க அந்த ஏழை அவனைபார்த்து ஆண்டவளே ஏராளமாய்ப் பால்கொடித்து என்குடும்பத்தார் எல்லோளையும் போஷித்துவந்த ஓர் பசுவை நான் கூட்டிக்கொண்டேவர நேரமில்லாமல் வந்துவிட்டேன் ஐயோ சத்துருக்களைத யோட்டிக்கொணடு போயிருப்பார்களே அதைவ் வளவு நல்ல பசு எனக்குக்கிடைக்கமாட்டாதென்று பிரலாபித்தான்.

௫. பெனலோன் என்பவர் அவனுக்குத் தேறுதல்சொல்லி அவன் குடிசை எங்செயிருந்ததென்று விசாரித்து உடனே ஓர் வேலைக்காரளை யழைத்துக்கொண்டு இராத்திரி பத்துமணிக்குப் பிரயாணப்பட்டு கம்ப்ரோ நகரத்திற்கு முன்றுமையில் துலைவிலுள்ள ஏழைச்சிறுத்தனக்காரனின் கிராமத்துக்குப்போய் தான்தானே அப்பசுவை கூச்சாமத்தில் ஒட்டிக் கொண்டுவந்தார்.

உ௫. ௪௪—வது. லுய்யின் ஞாபகக்குறிப் புக்கட்டடங்கள்.

உ௫௪. விஸ்தாரமான ஞாபகக் குறிப்புக்கட்டடங்கள் ௪௪—வது. லுய்யின் அரசாட்சிகாலத்தில் கட்டப்பட்டன அவைகளில் பரீஸ்நகரத்தில் ஓவர் என்ற அரண்மனையின் தூண்வரிசைச்சாலையும் தீராதபிணியாளிகளின் தருமசாலையும் (௬௬—ம். வரலாறு) வெர்சாய்ல் (௬௭—ம். வரலாறு) மர்லி இவ்வூர்களின் அரண்மனைகளும் விசேஷமாயிருந்தன.

௬௬—வது, வரலாறு. தீராதபிணியாளிகள் தர்மசாலை.

௧. ௧௪—வது. லுய் தன்னுடைய வெர்சாய்ல், மர்லி என்ற அரண்  மனைகளுக்காக விபரீதமான செலவுகளைச் செய் தான் ஆனுல் மிகவும் பிரயோஜனமான செலவு களையுஞ் செய்திருக்கிறுன்.

உ. ஜென்ம தேசத்திற்காக சேவகஞ்செய்து காயமடைந்த போர்வீரர்கள் நெடுநாள் மகா தரித்திர அந்தஸ்இலிருந்தார்கள் அவர்களில் சிலர் மடங்களின் சுவரகூணைக்குட்பட்டும் பெரும்பான்மைபேர் தரித்திரத்தில் துன்பப் பட்டுக்கொண்டிருந்தார்கள் அநேக அரசர்கள் அவர்களுக்காக தருமசாலைகளைக்கட்டிவைத்தார் கள். ஆனுல் தங்கள் ஊருக்கு உண்மையாய்ப் போர்செய்தவர்களே யாசசர்களைப்போல் நடத் துவது நீதியல்ல.

(தீராதபிணியாளிகளின் தருமசாலைக்கோயில்)

௩. காயம்பட்ட போர்ச் சேவகர்கள் சத் தருக்களின் கொடிகளையும் பீரங்கிகளையும் வைத்துக் காபந்துசெய்துக் கொண்டு யாதொர்சுறைவுமின்றி மகிமையுடனிருக்கும்படி —௧௬௭௦—ம். வருஷத்தில் ௧௪—வது. லுய் அரசன் பிணியாளிகளுக்காக அழகிய தரும சாலை கட்ட ஆரம்பித்தான்.

௬௭—வது, வரலாறு. வெர்சாய்ல் என்ற அரண்மனை.

௧. வெர்சாய்ல் நகர் கடு—வது. லுய் அரசன்காலத்தில் காட்டுக்குள்  ஒரு சிறு கிராமமாயிருந்தது அவ்விடத் தில் அடிக்கடி வேட்டையாட வரும் கடு—வது. லுய் அரசன் அந்தக் கிராமத் திலோர் அரண்மனைக்கட்டிவைத்தான்.

உ. ௧௪—வது. லுய் அரசன், பரீஸ் நகரமானது அரசர்கள்பேரில் அநேக முறை எதிர்த்தபடியால் அந்தநகரத்தை நேசியாமல் வெர்சாய்ல் என்றவிடத்தில் தன் அரண்மனையை ஸ்தாபிக்கத் தீர்

(வெர்சாய்ல் அரண்மனை.)

மானித்தான் ஆகையால் நிலைசரும் ஜலசூஸ்திரங்களும் அடர்ந்துசோலை யினுலும் தோட்டங்களினுலுஞ் சூழப்பட்ட அலங்காரமான ஓர் அரண மனையைக் கட்டுவித்தான்.

கங——வது. லுய் அரசனும் (களகங - களஎச)
கசஎ——வது. லுய் அரசனும்.

உசா. கஙு——வது. லுய் அரசனும்
அவன் மந்திரிகளும்.

உகஅ. கஙு——வது. லுய் தன் முப்பாட்டனைய கசஎ - வது. லுய்யுக்குப்பதிலாய் சிங்காசனமேறினபோது - ரு - வயதுள்ள வனுயிருந்தான். (களகங.)

உகஉ. முதல்முதல் தன்மைத்துனன் ஒர்லெயான் துய்க் பிரபுவைத்தனக்குப் பிரதிராஜனுகக்கொண்டும் பின்பு சுயேச்சையாய் பலமந்திரிகள் உதவியைக்கொண்டும் ஏறக்குறைய சு0 - வருஷகாலம் அரசாட்சிசெய்தான் (களகங - களஎச) அவனுடையமந்திரிகளில் பாப்புவின் ஆலோசனைச்சங்கத்து மேற்றிராணியாராகிய பிளேரி என்பவரும் ஷ-வாஜேல் என னுந் துய்ப்பிரபுவும் பிரக்யாதையுள்ளவர்களாயிருந்தார்கள்.

உஉ0. பிளேரி - களசுஉ - ம். நல்லத்தில் லோறேன் என்ற ஆனைப் பிராஞ்சுதேசத்தோடு சேர்த்தார் ஷ-வாஜேல் என்ப வன்காலத்தில் கோர்ஸ்தீவும் பிராஞ்சுதேசத்தோடுசேர்ந்தது.

உஉக. கஙு——வது. லுய் சாமர்த்தியமுள்ள சிலபடைத் தலைவர்களைக் கொண்டிருந்தான். அவர்களில் ஒருவனுகிய மோரீஸ்தெசாக்ஸ்போந்தெனுவா என்னுமூரில் இங்கிலீஷ் காரர்களை ஜெயித்தான் (களசங) ஆனல் சிலதிறமையில்லாத தளக்கர்த்தருமிருந்தார்கள் அவர்களுக்குள் ஒருவனுகிய சுபீஸ் ரொஸ்பாக் என்றவூரில் புறுய்ஸ்தேசத்தரசனல் அவமான மாய் ஜெயிக்கப்பட்டான். (களஎஎ.)

சுந——வது, வரலாறு. துர்வழக்கங்கள்.

க. கஙு——வது. லுய் தகாதவிதமாய் அரசாகூதிசெய்தான் ஆனல்அவ னுக்குச்சர்வ அதிகாரமிருந்தபடியால் அவன் பிசகிப்போவதை ஒருவரும் விக்கினஞ்செய்யக்கூடாமலிருந்தது அதனல் அரசர்களுக்குச் சர்வாதிகா ரம் இருக்கக்கூடாதென்று பெரிய கிரந்தகர்த்தாக்கள் முறையிட்டார்கள்.

உ. இராச்சியத்தில் பூர்வீக வழக்கங்களிருந்தன அவைகள் முற் காலத்தில் நன்மையுற்றதுகளாயிருந்தபோதிலும் தற்காலம் பிரயோஜன மற்றவைகளாயிருந்தன.

ந. அப்படியே சத்துருக்களால் துன்பம்வராமல் பிரபு நாட்டுப்புறத் தாரைக் காப்பாற்றிக்கொண்டும் அவர்கள் வியாச்சியங்களைத் தீர்ப்புசெய் துக்கொண்டும்வந்தகாலத்தில் நாட்டுப்புறத்தார் பிரபுவினுல் தாங்களடை ந்தஉபகாரங்களுக்குப்பிரதியாசப்பகுதிகட்டுவது ஞாயமாயிருந்தது அதை ப்பணமாகக்கொடுத்தாவது அல்லது அதற்குத்தக்க வேலைசெய்தாவது தீர்ப்பதுவழக்கம் அதற்கு அமிஞ்சி வேலையென்று பெயர்வழங்கிற்று.

ச. கஙு——வது. லுய் அரசன்காலத்தில் பிரபுக்கள் நாட்டுப்புறத்தா ரைப் பாதுகாக்காமலும் அவர்களுக்கு நீதிசெலுத்தாமலுமிருந்தார்கள்

உஉஉ. கஎு—வது. லுய்தன் சுயசந்தோஷங்களில் கவ னித்தவனுமாய் தன்கடமைகள்பேரில் கவலையற்றவனுமாய் சுயபட்சமுள்ள இராஜனுமாயிருந்தான்.

உஉட. அவனுடைய யுத்தங்களினுலும் அவனுடைய சிலவு களினுலும் கஉ—வது. லுய் அரசனின் கடைசிவருஷங்களின் துன்பங்களூ மறுபடியும் வருவித்தான்.

உஉச. அவனுடைய துர்க்கிர்த்தியங்களால் பிராஞ்சுக் காரருக்கு இராஜாவின் அரசாட்சியின்பேரிலிருக்கவேண்டிய சங்கையும் பட்சமும் நீங்கிப்போய்விட்டன.

உஉரு. அவனுடைய இராச்சியபாரகாலத்தில் அரசாட் சியை சீர்திருந்தவும் சகல துர்வழக்கங்களூ நிவர்த்திசெய்ய வும் பெரிய நூலாசிரியர்கள் கேட்டுக்கொண்டார்கள் (சுட—ம். வரலாறு.)

கூஉ—வது, வரலாறின் துடர்ச்சி.

அடிக்கடி அவர்கள் தங்கள் இராமங்களில் தங்காமல் அரசனரண்மனை யில் வசித்துக்கொண்டிருந்தார்கள்.

அப்போது அமிஞ்சிவேலைசெய்வது அடாததாரியமென்று நாட்டுப் புறத்தார் எண்ணினுர்கள். இரந்தகார்த்தாக்களும் அமிஞ்சிவேலையைநீக்கி விடும்படியாகச் சொல்லிவந்தார்கள்.

ரு. முன்காலத்தில் உயர்குலத்தார் தாங்கள்செய்த லுழியங்களுக்கு வெகுமானமாக விசேஷ சுதந்தரங்களூப் பெற்றிருந்தார்கள் அவைகள் அநியாயமாய்க் காணப்பட்டன.

சு. அப்படியே அரசர்கள் தங்களுக்குக்கீழ்ப்பட்ட பிரபுக்களைவிட வேறே படைச்சேவகர்களைக் கொண்டிராதகாலத்தில் இவர்கள் பணத் தீர்வைகொடாமலிருக்கிற சுதந்தரத்தைப்பெற்றிருந்தது நியாயமாயிருந் தது. எனென்றுல் இவர்கள் இரத்தவரியென்று சொல்லப்பட்டப் பகு தியைச்செலுத்திவந்தார்கள்.

எ. ஆனல் நெடுங்காலமாய்த் தாழ்ந்தகுலத்தோர் அரசனுடைய படையில் சேவித்துவந்தார்கள் உயர்குலத்தோர் ராணுவசேவகம் செய் யக்கடமையில்லாதவர்களாயிருந்தார்கள். ஆகையால் கிலங்களில் பெரும் பான்மையும் அநுபவித்துவந்த உயர்குலத்தார் கிறிகுலத்தார்போலவே தீர்வைகொடுக்கவேண்டியதும் நியாயமாயிருந்தது.

அ. அரசன் சுயேச்சையாய் நடக்கக்கூடாதென்றும் தன்பிரசைகளூ டைய மனசாக்ஷிக்கும் சுதந்தரத்திற்கும் ஜீவியத்திற்கும் எஜமானுயிருப் பது சரியல்லவென்றும் முறையிட்டார்கள் இன்னமும் விசேஷ சுதந் தரம் ஒருவருக்குமிருக்கக்கூடாதென்றும் அதென்னவென்றுல் பிராஞ் சுக்காரெல்லோருக்கும் சமாதான சுதந்தரங்களும் கடைமைகளும் ஒரே விதமாயிருக்கவேண்டியதென்றுங் கேட்டுக்கொண்டார்கள்.

உள. பொதுச்சங்கங்கள்வைக்கும் நடந்த கசூ—வது. லுய் அரசனின் இராச்சியபாரம்
(களஎச - களஅ௬.)

உஉசூ. நீதியுந்தெப்பவபக்த்தியுமுள்ள மன்னனுகிய கசூ-வது. லுய் அரசன், மேலோர்ப், துயிர்கோவென்னுந்தன் மந்திரிகளி னுதவியைக்கொண்டு துர்வழக்கங்களைத் திருத்தஞ்செய்ய முதல் முதல் பிரயாசைப்பட்டான்.

உஉஎ. ஆனால் உயர்குலத்தார் நெடுநாள்துவக்கி பரம்பரையாயநுபவித்து வந்த அதிகாரங்களையும் விசேஷ சுதந்தரங்களையும் நீக்கிவிடுவதே துர்வழக்கங்களின் மாற்றமாம்.

உஉஅ. உயர்குலத்தோர் கேட்டுக்கொண்டதுபோல் அரசன் தன் மந்திரிகளை நீக்கிவிட்டான் ஆனால் கொஞ்சகாலஞ் சென்று அரசன் பொதுச்சங்கத்தாரைக் கூடும்படி செய்ய உடன்பட்டான் (சூச-ம். வரலாறு)

உஉ௯. பிராஞ்சுதேசத்தின் கலகம் ஆரம்பித்தது.

சூச—வது, வரலாறு பொதுச்சங்கங்கள்.

ச. களஅ௬-ம். ஹ௫௰மேமூநு உ யில் வெர்சாயில் என்ற பட்டணத்தில் பொதுச்சங்கத்தின் முதற்கூட்டங்கூடிற்று.

உ. குருச்சபையாலனுப்பப்பட்ட தரணிகளாகிய நாற்பத்தெட்டு அதிமேற்றிராணியார் மேற் திராணியார் மார்களும் கூரு மடாதிபதிகள் அல்லது மே ன்பாடுள்ளகுருக்களும் உ௦ச விசாரணைக் குருச்களும் ரு. சன்னியாசிகளும் சிங்காசன த்தின் வலதுபுறத்தி லுட்கா ர்ந்தார்கள்.

௩. உயர்குலத்தா ரனுப் பிய தரணிகள் —உ௭—பேர் பொன் சரிகைத்துப்புட்டா

(பொதுச்சங்கங்களின் முதற்கூட்டம்)

உடைகளை அலங்காரமாயணிந்து இடையில் கத்திகட்டிக்கொண்டு சு—வது. ஹான்றி அரசன் காலத்தில் வழங்கின மாதிரியான தொப்பி யும் போட்டுக்கொண்டு இடதுபுறத்தி லுட்டார்ந்தார்கள்.

ச. குருச்சபையாருக்கும் உயர்குலத்தாருக்கும் பின்னுல் சாலைக் குட்புறத்தில் மூன்றும் வகுப்பைச்சேர்ந்த தரணிகள் —௬௱௪௪-பேர் உட்கார்ந்தார்கள் இவர்களுக்குள் சில உயர்குலத்தாரும் வெகு அவோக் காமார்களும் பூஸ்தியுள்ளவர்களு மிருந்தார்கள் இவர்கள் தாழ்மை யாய்க்கறுப்பு உடையையணிந்திருந்தார்கள்.

ரு. மந்திரிகளும் இராச்சிய ஆலோசனைக்காரர்களும் சிங்காசனத் தின் படிகளிலுட்கார்ந்திருந்தார்கள் அப்போது அரசன் அகக்களிப்பான சப்தங்கள் ஒலிக்க ஹாலுக்குள் பிரவேசித்தான்.

௴ - ம். புஸ்தகத்தின் சுருக்கம்.

க. பிராஞ்சுதேசாதிபதிகள் அதிகவல்லமைசாலிகளாகவே ஜெயங்களடைய இச்சித்தார்கள். அ—வது. ஷார்லும் (கசஅஈ – கசஈஉ) கஉ—வது. லுய்யும் (கசஈஉ – கருசரு) இத்தாலிதேசத்தில் யுத்தங்கள் செய்தார்கள்.

இந்த அரசர்களுடையகாலத்தில்தான் சமுத்திரத்தில் பெரியதேசங்கள் கண்டுபிடிக்கப்பட்டன, கசகூ - ம். வருஷம் கிறிஸ்தோப்வ கொலோம்ப் அமெரிக்காகண்டத்தைக் கண்டுபிடித்தான் அக்காலத்தில் தானே குய்த்தாம்பேர் அச்சுவித்தையை ஏற்படுத்தினன்.

அரசின் மூன்றும்வகுப்பார் வியாபாரத்தினால் தனவான்களானார்கள். அச்சுவித்தையையெப்பாட்டி னுதவியினால் அவர்கள் கல்விமான்களானார்கள்.

உ. க—வது. பிரான்சுவா அரசன் (கருசரு – கருசஎ) கஉ—வது. லுய் அரசனுக்கு பதிலாய் சிங்காசனமேறி இத்தாலிதேசத்தின் யுத்தங்களை நடத்திமரிந்துனான் என்றஊரின் ஜெயத்தினால் (கருகரு) மிலானே ஜில்லாவைப்பிடித்துக்கொண்டான்.

ஆனால் இத்தாலிதேசத்திலும் பெய்பாதேசத்திலும் பெரும்பங்கை யநுபவித்துவந்த எஸ்பாஞ்தேசத்தாசனும் அல்மாஞ்தேசத்தின் சக்கிரவர்த்தியுமாகிய ஷார்ல்கேன் என்பவரேடு கொஞ்சத்துக்குள் யுத்தஞ் செய்ய ஆரம்பித்தான்.

க—வது. பிரான்சுவா அரசன் பவீநகரத்தில் (கருஉரு) தோர்வை யடைந்து பிடிபட்டு இத்தாலிதேசத்தை யிழந்துவிட்டான் ஆனல் தன னிலும் அதிகவல்லபமுள்ளவனுயிருந்த ஷார்ல்கேன் அரசன் பிராஞ்சு தேசத்தைப்பிடிக்காதபடிக்கு அந்தத்தேசத்தைக்காப்பாற்றினன்.

ங. உ—வது. ஹான்றி அரசன் (கருசஎ–கருசகூ) அல்மாஞ்தேசத் தார்பேரில் யுத்தஞ்செய்து, மேத்ஸ், தூல், வெர்தேன் என்னும் நகரங் களைப் பிடித்துக்கொண்டான்.

க—வது. பிரான்சுவா அரசன் உ—வது. ஹான்றி அரசன் இவர்கள் இராச்சியபாரகாலத்தில் பிராஞ்சுதேசத்தில் பிரபல சித்திரவேலைக்காரர் களும், சிற்பர்களும், சாஸ்திரிகளும், நூலாசிரியர்களும் பிரக்யாதியா யிருந்தார்கள்.

உ—வது. ஹான்றி அரசனுக்குப்பின் அரசுசெலுத்தின இராஜாக்கள் காலத்தில் சிற்பாக்கியமாய்வேதகலாபங்கள் பிறந்து பிராஞ்சுதேசத்தை யழித்தன.

சூசு—வது, வரலாறின் துடர்ச்சி.

சூ. கசூ—வது. லுய் அரசன் பிராஞ்சுக்காரருக்கு நன்மையாகவே மேல செய்யப்போகிறதில் தனக்குண்டாகிய விருப்பத்தைக்குறித்துப் பேசி னன். இரண்டு மந்திரிகள் அவனுக்குப்பின்பு பிரசங்கித்தார்கள் அரச னுடையவும் பிரசைகளால் அனுப்பப்பட்ட தூரணிகளுடையவும் விவே கத்தின் பேரில் முழு நம்பிக்கையுள்ளவர்களாகி யாவரும் பிரிந்து போனுர்கள்.

எ. ஆனல் இந்த நம்பிக்கை நெடுங்காலம் நீடித்ததில்லே.

சு. ச—வது. ஹான்றி (கருஅகூ – கசூக0) யுத்தங்களை நிறுத்தி தன் இராச்சியத்தினின்று எஸ்பானியரைத் துரத்திவிட்டான். கருகூஅ—ம். வருஷத்தில் நாந்தசட்டத்தைக்கொண்டு பதிதர்கள் தங்கள் மதத்தை அநுசரிக்குஞ்சுதந்தரத்தை அளித்தான். பயிர்த்தொழிலுக்கும் தொழில் முறை சாஸ்திரங்களுக்கும் ஒத்தாசைசெய்து இந்த நல்ல சீர்திருத்தங் களைச்செய்வதற்கு அவன் மந்திரி சுல்லி என்பவன் உதவியாயிருந் தான்.

கங—வது. லுய் அரசன் (கசூக0 – கசூசங) – கசூஉச—ம். வருஷமுதல் ரீஷலியே என்ற கர்திநூலே தனக்கு முதல்மந்திரியாகக் கொண்டிருந் தான். ரீஷலியே பிரபுக்களைத்தாழ்த்தி, எஸ்பாஞ் ஒத்ரீஷ்தேசங்கள் பேரிலும் யுத்தஞ்செய்து ஜெயங்கொண்டு அல்சாஸ், ரூசியோம் என்ற ஊர்களைப்பிடித்துக்கொண்டார்.

ரு. க௪—வது. லுய் அரசன் (கசூசங – களகரு) முதல் முதல் ஆந் தொத்ரீஷ் என்னும் தன்தாயின் சுபாவகாபந்துக்குள்ளரசாண்டு பிறகு மஜாரேன் என்ற கர்திநூலே தனக்கு முதல் மந்திரியாக நியமித்துக் கொண்டான்.

மஜாரேன் என்பவர் ஒத்ரீஷின்பேரில் நடத்தியயுத்தம் வெஸ்த்பாலி ஊரில்நடந்த சமாதான உடன்படிக்கையிலுல் – கசூசஅ – ம். வருஷத் திலும் எஸ்பாஞின்பேரில் நடத்தியயுத்தம் பிரொன்னே மலைகளின் சமா தான உடன்படிக்கையிலுல் – கசூருகூ – ம். வருஷத்திலும் முடிவு பெற்றன.

மஜாரேன் என்பவர் (கசூசக) இறந்தபின் க௪—வது. லுய் அரசன் சுயேச்சையாய் அரசாட்சிசெய்தான்.

அவனிடத்தில் கோல்பேர், லுவ்வா என்பவர்களைப்போல் பேர்போன மந்திரிகளும் கோந்தே, தய்ரேன் என்பவர்களைப்போல் பிரபல்யமான தளகர்த்தர்களும் இருந்தார்கள்.

முதல் யுத்தத்தில் அவன் லீல் என்ற பட்டணத்தையும் உ—வது. சண்டையில் பிரான்ஷ் கோந்தே என்ற ஊரையும் பிடித்துக்கொண் டான். ஆனுல் அவன் பேராசையுள்ளவனுகையால் அவனுக்கு விரோதமாய் அநேகஞ்சதுருக்கள் ஏகோபித்தமாய் எதிர்க்கத்தூலப்பட் டார்கள்.

அவனுடைய இராச்சியபாரத்தின் அந்தியகாலத்தில் நாந்தசட்டத்தை யழித்தமையாலும் அப்ஜெயங்களடைந்ததிலிருந்தும் பிரான்சுதேசம் வெறக் குறைய அழிந்தது.

க௪—வது. லுய் அரசாட்சிகாலத்தில் பிரான்சுதேசத்தில் பெரியகிரந்த கர்த்தாக்களிருந்தார்கள். அவர்களுக்குள் கார்னெய்ல், ரசின், புவாலோ, லப்வொள்தேன், பொசுப்யே, பெனிலோன் என்பவர்கள் மகாபிரபல் யமாயிருந்தார்கள்.

சூ. கரு—வது. லுய் (களகரு – களஎஉ) தகாதவிதமாய் அரசாட்சி செய்துக்கொண்டுவந்தமையால் அவனுடைய பிரசைகள் சீர்திருத்தங் கள் செய்யவேண்டுமென்று கேட்டுக்கொண்டார்கள்.

கசூ—வது. லுய் (களஎஉ – களஎகூ) தன்மந்திரியாகிய தய்ர்கோ என்பவன் உதவியைக்கொண்டு அந்த சீர்திருத்தங்களைச்செய்ய பிர யாசைப்பட்டும் அந்த சீர்திருத்தங்களை செய்வது கூடாமையாயிருந்த படியால் வெர்சாயில் என்ற நகரில், மே மீ—ரு—உ யில் பொதுச் சங்கங்களைக்கூட்டினுள்.

சு - ம். புஸ்தகம்

அரசாக்ஷி மாற்றக்குழப்பமும், சக்ரவர்த்தி
அரசாக்ஷியும் (கள அகு-கஅகு.) பிராஞ்சு
அரசாக்ஷி மாற்றக்குழப்பம்.

க. சீர்திருத்தங்களும் முதல் கலாபீனகளும்.

உகூ0. கக—வது. லுய் அரசன் சிலசீர்திருத்தங்களைச் செய்ய தீர்மானித்திருந்தான் ஆனுல் அரசின் நட-ம். வகுப்பின் தரணிகள் ஜனங்களால் கேட்க்கப்பட்ட சகலசீர்திருத்தங் களுஞ்செய்யவேண்டுமென்று விரும்பினர்கள்.

உஉக. அவர்கள் அதிகவாக்குள்ளவர்களாயிருந்தபடியால் குருச்சபையாரும் உயர்குலத்தாரும் அரசின் நட-ம். வகுப் பினரும் ஒருமித்து ஆலோசிக்கவேணுமென்றும் ஒவ்வொரு வருக்கும் ஒவ்வொருவாக்கு இருக்கவேணுமென்றும் தீர்மா னிக்கச்செய்தார்கள் இவ்வண்ணமாய் ஒரு அதிமேற்றிராணி யாரின் அல்லது ஒருபெரிய பிரபுவின்வாக்கும் அரசின் நட-ம். வகுப்பின் ஓர்தரணியின் வாக்குஞ் சமமாயிருந்தது.

உநட. மூன்று வகுப்பின் தரணிகளுக்குள் வித்தியாச மொன்றுமில்லையென்று காண்பிக்கும் பொருட்டு பொதுச் சங்கமென்னும் பெயரைமாற்றி இராச்சியபாரத்துக்குரிய சர்வ ஜனசங்கமென்று பேர் வழங்கும்படியாக இராச்சியத்தின் நட-ம். வகுப்பின் தரணிகள் கேட்டுக்கொண்டார்கள் அவ்வி தமாகவே அக்கூட்டத்திற்கும் பெயர் வழங்கிற்று. (சூரு - ம். வரலாறு.)

சூரு—வது, வரலாறு. பந்துவிளையாடும் ஹாலில்செய்துக் கொண்ட பிரமாணிக்க ஏற்பாடு.

க. நட—வது. வகுப்பின் தரணிகள் மூன்று வகுப்புகளும் தனித் தனியே ஆலோசிப்பது சரியல்லவென்றும் பிரபுக்களினுடையவும், திருச்சபைக்காரர்களுடையவும், நாட்டுப்புறத்தார்களுடையவும், தரணி கள் ஓமோயிடத்தில் ஒமோஜன்மத்தச்த்தின் பிள்ளைகள் போல் தங்க ளுக்குள் சரிசமானமாக ஒன்றுகூடி இராச்சியத்தின் கரியாகாரியங்களை ஒழுங்குபாடிசெய்வதற்கு ஆலோசிக்கவேண்மென்றுங் செட்டார்கள். அவர்கள் தாற்பரியம் மகாநியாயமானதே.

உ. திருச்சபையாருடையவும் பிரபுக்களினுடையவுந் தரணிகள் நட—வது. வகுப்பினர்களுடைய கேள்விகளுக்கிணங்காததைப்பற்றி தங் கள் கூட்டத்திற்கு அவர்களுடைய வராமையையுஞ்சவனியாமல் தாங் களே ஒழுங்குபாடுபற்றி யாலோசிக்கப்போகிறதாக வெளிப்படுத் தினர்கள்.

உநந. பின்பு அவர்கள் சீர்திருத்தங்களாச்செய்ய ஆரம்பித்தார்கள் அதனுல் அரண்மனையாருக்கும் உயர்குலத்தார், குருச்சபையார் என்று சொல்லும் விசேஷ்சுதந்தரமுள்ள இவ்விருபாகத்தாருக்கும் மனவருத்தமுண்டாயிற்று.

உநச. அரண்மனையார் குழப்பத்துக்குத்தடைசெய்ய மனதாயிருந்தார்கள் ஆனுல் அரசனுக்கு விரோதமாய்க் கலாபனைகள் விளைந்தன. களஅகூ-ம். (ஏ) ழூலியேத் மீ கச உயில் பஸ்தித் என்ற இராஜக்கோட்டை பிடிக்கப்பட்டது.

உநரு. ஒக்தோபர் மீ ரு உ யிலும் சூ உ யிலும் ஜனங்கள் கூட்டமாய் ஆயுதமணிந்துக்கொண்டு வெர்சாயல் என்ற நகரில் அரசனையும் அவன் குடும்பத்தாரையும் தேடிக்கொண்டுபோய் பரீஸ் நகரத்திற்குத் திரும்பிவர அவர்களை வலுமைசெய்தார்கள் சங்கத்தாரும் அரசனுடன் வந்தார்கள்.

சு(ரு)—வது, வரலாறின் துடர்ச்சி.

ந. ஆனுல் அரசன் இவர்கள் கூட்டங்கூடியோசித்திருந்த ஹாலின் கதவுகளைப்பூட்டச்செய்து அவ்விடத்தில் பட்டாளங்களாக் காவல்வைத்தான். ந—வது. வகுப்பின் அதிபதியாகிய பெய்யி என்பவன் இந்த அநியாயத்தின் மட்டில் தமித்துப்பேசி எல்லாத் தரணிசளோடும் அங் குள்ள பந்து விளையாட்டு ஹாலிற்சென்று ஒரு மேசை யின்பேரிலேறி பிரசங்கிக்க தரணிகள் முழுமையும் அவ னைச்சூழ்ந்துகொண்டு பெரு வாவுடன் தங்கள்தங்கள் கா ங்களைத்தூக்கி இராஜாங்க முறைமைகளை ஒழுவகுபடித்து வசற்கு முன் அதைவிட்டப்

(பந்துவிளையாடும் ஹாலில்செய்துக் கொண்ட பிரமாணிக்க ஏற்பாடு.

பிரிபலாகாமென்று பிரமாணிக்கஞ்செய்துக்கொண்டார்கள்.

ச. இப்படிவாதத்தைக்கண்ட பிரபுச்சளினுடையயும் குருப்பிரசாதிகளினுடையவுந்தரணிகள் ந—வது. வகுப்பின் தரணிசள் சொல்லுக்கிசைந்து அவர்களோடொன்றுகூடி இராஜாங்க முறையையியொழுங்கு பாசெய்யத்தொடங்கினார்கள் பிரபுக்களருங் குருப்பிரசாதிகளுஞ்செய்த ஏற்பாட்டிற்கு அரசனும்இணங்கவேண்டியதாயிருந்தது.

உ. அரசன் ஓடிப்போனதும் கோன்ஸ்த்தி துய் யான்த் என்னும் சர்வஜன சங்கத்தின் முடிவும்.

உசகூ. அரசன்தனக்கு யாதொரு மனச்சுதந்தரீகமுமில்லா திருப்பதைக்கண்டு-கஎகூஎ-ம். ஷூ மேயீ த்தில் தன்னிராச்சியத்தை விட்டோடிப்போகப் பிரயாசைப்பட்டான் அவன் பிரயாணப்பட்டுச்சென்ற வழியில் அவனைக்கண்டுமெறித்து திரும்பவும் பாரீஸ்பட்டணத்திற்குக் கூட்டிக்கொண்டுவந்தார்கள்.

உகூஎ. சங்கத்தார் கொஞ்சகாலம் வரைக்கும் அவனுடைய அதிகாரத்தை நீக்கிவைத்திருந்து பிற்பாடு அதை அவனுக்கு அளித்தார்கள். அவர்கள் புதிதாய் ஆன அரசாக்ஷியேற்பாட்டை கசு—வது. லூய் அரசன் அநுசரிக்கிறதென்று அவனிடத்தில் சத்தியவாக்கு வாங்கிக்கொண்டு போய்விட்டார்கள் (கூசு-ம். வரலாறு.)

கூசு—வது, வரலாறு. சர்வஜன சங்கத்தாரின் ஏற்பாடு.

க. சர்வஜனசங்கத்தார் நமக்குப் பெரியநன்மைகளைச்செய்வித்தார்கள்.

உ. அவர்களுக்குமுன் பிராஞ்சுக்காரர்யாவரும் மகிமையான உத்தியோகங்களை அடையக்கூடாமலிருந்தார்கள் அப்படியேபடையில் அதிக மேலான உத்தியோகங்கள் உயர்குலத்தார்களுக்குமாத்திரம் கொடுக்கப்பட்டன.

ங. சர்வஜனசங்கத்தார் செய்த உபகாரத்தினால் மிகவுந்தாழ்ந்த அந்தஸ்துள்ள படைச்சேவகன் முதலாய் தளகர்த்தன் உத்தியோகத்தைப் பெறக்கூடுமாயிருந்தான் சேனைத்தலைவன் விருதுகோல் அவன் தோட்டா பெட்டியி லிருந்ததாகச் சொல்லலாம்.

(வறேன்நகரில் கசு—வது. லூய் அரசன் பிடிபடுதல்.)

ச. சர்வஜனசங்கமேற்படுவதற்குமுன்பிராஞ்சுக்காரரில் யாவருந் தீர்வை கொடுத்ததில்லை சங்கத்தார் தீர்வை சகலரும் வித்தியாசமின்றி கொடுக்கும்படியாய் ஏற்படுத்தினார்கள்.

ரு. இச்சங்கத்திற்குமுன் பிராஞ்சுக்காரர் மனசாக்ஷி சுதந்தரீகமில்லாமலிருந்தார்கள். அதென்னவென்றால் தங்கள்தங்கள் விசுவாசத்தின்படி கடவுளை யாராதிக்கக்கூடாமலிருந்தார்கள். சர்வஜனசங்கத்தாரால் அந்த மனச்சுதந்தரீகம் அவர்களுக்குக்கிடைத்தது.

கூ. பிராஞ்சுக்காரர்கள் தங்களிஷ்டமானபடி வேலைகளைச்செய்ய சுதந்தரீகமுள்ளவர்களா யிருந்தார்கள். ஏனென்றால் தொழிலாளிகள் யாவரும்பல அந்தஸ்து வகுப்புகளாகப்பிரிக்கப்பட்டு அவர்களுக்காக ஏற்படுத்தப்பட்ட சுயசட்டங்களை அநுசரித்துவந்தார்கள். சர்வஜனசங்கமானது அந்தத்தொழில் வகுப்புகளைநீக்கி வேலைச்சுதந்தரீகத்தை ஸ்தாபித்தது.

௪. முறைமைச்சங்கம்.

௨௪௮. முன்னுல் அரசன்தன் சுயேச்சையாய்ச்செய்த முறைமைகளை இனிமேல் எப்பொழுதும் தர்க்கித்து ஸ்தாபிக்கும் பொருட்டு ஒரு சபையிருக்கவேண்டுமென்று சர்வஜனசபை யார் கட்டளையிட்டார்கள்.

௨௪௯. சர்வஜனசபையார் பிரிந்துபோனபின்பு வேறோர் கூட்டங்கூட அந்த கூட்டத்திற்கு முறைமைகள் ஏற்படுத்துங் கூட்டமென்று பெயராயிற்று.

௨௫௦. இந்தசபைக்கும் அரசனுடையகருத்துக்கும் நெடு நாள் விருத்துவமுண்டாயிருந்தது. அதேனென்றால் குருச் சபையார்களுக்காக விதிக்கப்பட்ட முறைமைகளுக்குக் கீழ்ப் படியாமலிருந்த குருக்களை அரசன் கண்டிக்கமனதில்லாதவ னையிருந்ததினால் அந்தவிரோதம் உண்டாயிருந்தது.

௨௫௧. அநேக உயர்குலத்தார் பிறதேசத்திற்கு அடைக் கலமாய்ப்போய் அவ்விடத்தினின்று தங்கள் ஜென்மதேசத் தைச்சதிசெய்து பிராஞ்சுதேசததிற் சத்துருக்கள் பிரவேசிக் கும்பொருட்டு முயற்சிசெய்தார்கள்.

௨௫௨. ஒரு புரூய்ஸிய படைத்தலைவன் பரீஸ்நகரத்தை யழிப்பதாகப் பயமுறுத்தி ஓர் துணிகரமான விளம்பரம் பிரசுரஞ் செய்தான் அதினால் விரோதங்கள் விபரீதமாய் விளைந்தன.

---

௭. சர்வஜனசங்கத்தார் அமிஞ்சிவேலைகளையும் உம்பளிக்கைத்தீர்வை களையும் நீக்கிப்போட்டார்கள்.

௮. சர்வஜனசங்கத்தார் சில தப்பிதங்களைச்செய்தார்கள். குருச்சபை யாருக்கு அவர்கள் விசுவாசத்துக்கு விரோதமான ஏற்பாடிகளைச் சட் டளையிட்டு இவ்வண்ணமாய் மனசாகூி சுதந்திரத்திற்கு விருத்தவம் செய்ய நினைத்தது ஓர்பெரிய தப்பிதமாயிருந்தது.

௯. அரச அதிகாரம் மிதமிஞ்சின வல்லபத்தைக்கொண்டிருந்த தென்று சர்வஜனசங்கத்தார் கண்டுபிடித்து அதை மிகுந்தபலவீனமா யும் இடைவிடாமல் வளர்ந்துக்கொண்டேவந்த விரோதங்களை அடக்க அசக்தியுள்ளதுமாயும் ஆக்கிவிட்டார்கள்.

௰. அதெப்படியென்றால் அரசாகூிக்காரியங்களைப் பேசுவதற்காகக் கூடிய கூட்டங்களினும் பிரசித்தப் பத்திரிகைகளினும் ஜனங்களு டைய கருதையச் சுயாதீனமாய்ப் பயிரங்கஞ்செய்தார்கள். இன்னமும் அதிகாரத்தை இச்சித்த சிலர் ஜனங்களுடைய சனுகை கிரகித்துக்கொள் ளுகிறதற்காக அந்தக்கூட்டங்களிந் கடூரமான பிரசங்கங்களைச்சொல்ல அவைகள் பத்திரிகைகளிந் பிரசுரஞ்செய்யப்பட்டன.

௪. அரசன் சிறைப்படுதல்.

உசரு. களகூ௨-ம். ஹ்ரூல் அவு மீ - கூ0 - உயில் ஜனக்கூட்டத்தார் துய்ல்லீஎன்ற அரண்மணையில் பிரவேசித்து அதைத் தங்கள் வசப்படுத்திக்கொண்டு (சூஎ-ம். வரலாறு.) அரசணை யும் இராஜகுடும்பத்தையும் தாம்ப்பிள்என்ற சிறைச்சாலேயி லடைத்துவிட்டார்கள் (சூஅ-ம். வரலாறு.)

சூஎ-வது, வரலாறு. களகூ௨-ம். ஹ்ரூல் அவு மீ ௦ - உ யி லுண்டான ஊர்க்கலகம்.

க. அவு மீ - கூ0 - உ உதயத்தில் பாரீஸ்நகரத்தின் தெருக்கள் தோறும் அபாயமணியும் கலசப்பெரிகையும் அடித்தார்கள்.

உ. பீரங்கிவைத்துக்கொண்டிருந்த கலகக்காரர்கள் துய்ல்லீ அரண் மணையை நோக்கிப்போனார்கள். சுய்ஸ்மார்களில் - காரு00 - படைச் சேவகரும் காவற்காச பட்டாளங்களிற் சிலசேவகர்கள்மட்டும் அரண மணையைக் காபந்துசெய்துகொண்டிருந்தார்கள்.

ந. அரசனும் அவன் குடும்பத்தாரும் துய்ல்லீ என்ற அரண்மணைக் கருகே கூட்டங்கூடியிருந்த முறைமைச்சங்கத்தில் அடைக் கலமாகப் போனார்கள் அர சன் உள்ளேபோய்ச் சங்கத் தின் தலைவணைநோக்கி ஒரு பெரும்பாசகத்தைத் தடுப்ப தற்காக இவ்விடத்திற்கு வந் தேனென்றுன். ஏனென் றூல் கலாபக்காரர் தூஷண வார்த்தைகளால் தன்னை மிரட்டுகிறதை அரசனறிந் திருந்தான்.

(களகூ௨ - ம். ஹ்ரூல் அவு மீ - கூ0 - உ யிலுண்டான ஊர்க்கலகம்.

ச. அரசன் சங்கத்தில் வந்தவுடனே சலாபீனக்காரர்கள் துய்ல்லீ அரண்மணையின் இருப்புக் இராதிகளை உடைத்துக்கொண்டு அரண்மணைக்குள் தீவிரமாய்ச்செல்ல ஆயத்தப்படுவதைக்கண்ட பிரமாணிக்கமுள்ள இப்பாய்காவல் சேவகர் எதிர்த்து வருகிறவர்களைத் துப்பாக்கியினற் சுட்டார்கள்.

ரு. அரசன் சங்காரத்தைக்கண்டு பயந்து துப்பாக்கிவேட்டைகளை நிறுத் திப்போட கட்டளையனுப்பினுன். சுய்ஸ் ஜாதியார் கீழ்ப்படிந்தார்கள் அப்போது ஜனங்கள் தடையின்றி உள்ளேநுழைந்து அரண்மணையை காத்திருந்த காவற்காரர்களைவெட்டிச் சங்கரித்தார்கள்.

சூ. பின்பு அவர்கள் சர்வஜனசங்கத்தாரிடத்திற்போய் அரசனுடைய யதிகாரத்தை நிறுத்திவைக்கும்படியாகவும் புதுசங்கமொன்று கூடும் படியாகவும் கேட்டுக்கொண்டார்கள்.

எ. சிலநாட்சென்று துஷ்டகொலைக்காரர்கள் சிறைச்சாலைகளைப்பிடித் துக்கொண்டு ஐந்துநாள் பரிபந்தம் அவைகளிற் சிறைபட்டிருந்தவர் களைச் சங்கரித்தார்கள்.

நு. கோன்வான்சியோ மென்னும் மகாஜன சங்கத்தார்.

கசு—வது. லுய் அரசனின் மரணத்தீர்ப்பு.

உசச. களகூஉ - ம் (ஸ்ரீ) செப்தம்பர் மீ த்தில் பிராஞ் சுதேசத்தில் புதுஅரசாக்ஷியை எற்படுத்தும் பொருட்டு புதுசங்கங்கூடியது அதற்கு கோன்வான்சியோ மென்று மகா ஜனசங்கமென்று பெயராயிற்று.

உசரு. அந்தசங்கத்தார் அரசனுடைய இராஜாதிகாரத் தையழித்துக் குடியரசை எற்படுத்திறர்கள்.

உ.சு. அந்த சங்கத்தார் நிற்பாக்கியமுள்ள கசு—வது. லுய் அரசன் பேரில் குற்ற விசாரணை செய்து நீதிக்கனுப்பவே அவன் மரணத்தீர்ப்பு பெற்றுக்கொல்லப்பட்டான் (சுக- ம். வரலாறு.)

சுஅ—வது, வரலாறு. தாம்ப்பிள்என்னுஞ் சிறைச்சாலையில் இராஜகுடும்பமிருந்த விருத்தாந்தம்.

க. அவுபீ - க0 - உ யில் கசு—வது. லுய் அரசனை அச்சங்கத்தி லிருந்து தாம்ப்பிள் என்ற சிறைச்சாலைக்கு அழைத்துக்கொண்டுபோய் அதிலவணையும் இராக்கினியையும் இராஜாவின் சகோதரியாகிய எலிஜ பேத் அம்மாளையும் அவனுடைய பாலியவயதுள்ள குமாரணயும் குமா ரத்தியையும் அடைத்துவிட்டார்கள்.

உ. அரசனிடத்தில் க்ளௌரி என்னும் வேலைக்காரன்தவிர மற்றெ ருவரும் பேசக்கூடாமலிருந்தது. இன்னமும் அந்த ஊழியனுக்கு வெளியேபுறப்பட்டுவரமுதலாய் உத்திரவில்லாமலிருந்தது.

ந. இராஜகுடும்பத்தார் பசல்நேரத்தில் கூடியிருப்பார்கள் கசு—வது. லுய் அரசன் தன்குமாரன் கவனிக்கும்படியாய் பாடம் கொடுத்துவந் தான் நல்ல நேரமாயிருக்கிறசமையத்தில் தோட்டத்திலிறங்கி வந்திருப் பார்கள்.

ச. சாயரகைகூநேரத்தில் அரசன் தன்சுற்றத்தாளைவிட்டு முதல் மெத்தையின்மீதேறி அதிலொண்டியாயிருந்துக்கொண்டு தனக்குப்பிரிய மாயிருந்தவர்களைத் தழுவி ஆலிங்கனஞ்செய்ய மறுநாளுஞ் தனக்கு உத் இரவாகுமோ வாகாதோவென்றிருந்தான்.

சுசு-வது, வரலாறு. கசு-வது. லுய் அரசனின்மரணம்.

க. தாம்ப்பிள் என்ற சிறைச்சாலையில் -நு— மாதமிருந்து அரசன் மகாஜனசபையார் முன்பாக வரவழைக்கப்பட்டு தைரியத்தோடு தன் வியாச்சியத்தைப்பேசினன். தண்ணைத்தீர்வையிட்ட செய்தியை ஓர் கிறிஸ்தவனுக்குண்டாகிய அமைதலோடி அறிந்துக்கொண்டான்.

உ. களகூஉ - ம். (ஸ்ரீ) ஜான்விரியோ மீ - உ0-உ சாயுங்காலம் சசு—வது. லுய் அரசன் தன்குடும்பத்தைக் கடைசிவிசை பார்க்க உத் இரவுபெற்றுன் சிறைச்சாலையின் போஜனசாலையில் கடைசிவிசை தன் குடும்பத்தைச்சந்தித்து சம்பாஷிக்கும்படி நேரிட்டது சாவல்சேவகர் சஎண ணடிகதவுக்குப் பின்னுலிருந்துகொண்டி உள்ளேநடந்த எல்லாவற்றை யும் பார்த்துக்கொண்டிருந்தார்கள்.					(கக)

சூ. பயங்கரகாலம் ககூ—வது. லுய் அரசனின் மரணம்.

உசஎ. ககூ—வது. லுய் அரசனின் மரணமானது எரோப்படுகண்ட முழுமையும் பிராஞ்சுதேசத்திற்கு விரோதமாக எதிர்க்க முக்கியகாரணமாயிருந்தது அந்தக்காலத்தில்தானே பிரத்தாஞ் வாந்தே என்றவூர்களில் கலாபணையுண்டாயின

உசஅ. கோன்வான்சியோமென்னு மகாஜனசங்கத்தார் அரசனேச் சேர்ந்தவர்களுக்குப் பயமுறுத்தும் பொருட்டுக் குழப்பக்காலத்துக்குரிய ஓர் நீதிஸ்தலத்தையும் பொதுரக்ஷ ணியத்துக்குரிய ஒருகூட்டத்தையும் ஸ்தாபித்தார்கள்.

சூகூ—வது, வரலாற்றின் தொடர்ச்சி.

ஙூ. இராக்கினிதன்குமாரனேக் கையைபிடித்திட்டுக்கொண்டு முதல் நுழைந்தாள் பின்பு இராஜாவின் சகோதரியாகிய எலிஜபேத் அம்மாளும் ககூ—வது. லுய்யின் குமாரத்தியாகிய மன்னவதியும் வந்தார்கள். அவர்கள் அரசனுடையகரங்களின்மேல் விழுந்து ஒருவர் ஒருவனைக் கட்டித்தழுவிக் கொண்டு இரண்டு மணிமேர மிருந்தார்கள் அரசன் மெதுவாய்ப்பேசினன் மன்னவதிகள் பிரலாபித்துப் பொருமினர்கள். அவர்கள் பிரிவு மஹாதுயரத்துக்குரியதா யிருந்தது. ஆனுல் அரசன் முழுதும் தைரியமா யிருந்தான்.

(தாம்பிள் என்னுஞ் சிறைச்சாலையில் ககூ—வது. லுய் அரசன் இராஜ குடும்பத்தை விட்டுப் பிரிதல்.)

சூபிற்கு அவன் அமரிக்கையாய் நித்திரைசெய்தான். காலமே ரு—மணிக்கு அவன் கட்டளை யிட்டிருந்தபடி அவன் வேலைக்காரனுகிய கிளேரி என்பவன் அவனை யெழுப்பினன். லுய் அரசன் தன் கடைசி முஸ்திப்புகளைச் செய்து பூசைகேட்டு தேவநற்கருணை யுட்கொண்டான். நூ. கூ—மணிக்குப் படைச்சேவசர்கள் அவனைத்தேடிவர அரசன் அவர்களேநோக்கிப் புறப்பட்டுப் போவோமென்றுள். வழிநடந்து போகையிலும் கொலேமேடையிலும் அவன் மென்பாடான நோக்கமுடையவனு யிருந்தான் தன் கரங்களேக் கட்டுவதற்கு யாதொரு ஆக்ஷேபணையுஞ் சொல்லாமல் ஜனங்களேப்பார்த்து சிலவசனங்களேச்சொல்ல எத்தனைப்பட்டான். உடனே பேரிகையடித்த முழக்கத்திலுல் அவன்சொல்லியவார்த்தையைக் கேட்கப்பட்டதில்லை. சில நிமிஷஞ்சென்று அரசன் சிரசும் வாளால் தறிக்கப்பட்டது. இந்த அரசன் பலவீனபுத்தியுடையவனு யிருந்ததைதவிட இவன்பேரில் சரித்திராசியர்கள் வேறே தோஷஞ்சொன்ன இல்லை. ஏனென்றுல் ஜனங்களுடைய பாக்கியத்தை இவனைப்போல் உண்மையாய் விரும்பின அரசன் ஒருவனுமிருந்ததில்லை.

௨௪௬. சமுசயத்திற் குட்பட்டவர்களியாவரும் பிடிதத்துச் சிறைச்சாலையி லடைக்கப்பட்டு தீர்மானமாகி ஆக்கினை யிடப்பட்டார்கள் அது பயங்கரத்திற்குரிய காலமா யிரு ந்தது. மரி அந்துவானேத் என்னும் இராக்கினி அகியாயமாய்க் கொல்லப்பட்டவர்களில் விசேஷமானவளா யிருந்தாள்.

௨௫0. அக்காலத்தில்தான் கோன்வான்சியோம் சங்கத் தார் அன்னியபடைகளை யுத்தஞ்செய்து தடுப்பதற்குப் போ ர்ச்சேவகர்களைச் சேகரிக்கத் தீர்மானித்தார்கள். (எ0-ம். வர லாறு.)

எ0—வது, வரலாறு. அன்னியதேசத்து சத்துராதிகளுடன் யுத்தஞ்செய்து தடுத்தல்.

௪. களகூட-ம். ஆண்டாகிய இந்தபுயங்கச வருஷத்தில் எரோப் முழுமையும் எமதுபேரில் எதிர்த்து யுத்தஞ்செய்யத் தலைப்பட்டது. இங் கிலீஷ்க்காரர்கள் நமது கோலொரனிகளை கொள்ளையடித்தார்கள், நமது எல்லைகள் எப்பக்கத்திலும் சத்துராகிபடை தயுராராயிருந்தது. வாங்டே ஜில்லாவில் ஊர்க்கலகம் ஏற்பட்டது, நமது வடக்கு எல்லையில் துப்பரிங் யான துய்மூரியேஸ்தளாகர்த்தன் சத்துராதியுடன்கோர்ந்துக்கொண்டான்.

௨. மார்சேயில், லியோன், நகார்களிலும் ஊர்க்கலகம் ஏற்பட எஸ்பா னியர் பிறேன்னே மலைத்துடார்களை கடந்து பிராஞ்சு எல்லையில் வந்து விட்டார்கள். ஓத்ரீஷியர் வலான்சியேன் நகாலைப்பிடித்துக் கொண்டார் கள். துலோன் நகரும் இங்கிலீஷ்சாரரால் பிடிக்கப்பட்டது.

௩. அப்போது கோன்வரன்-சியோம் சங் கத்தார் கும்பல் கும்பலாய்ப் படைவீரர் சேக ரிக்கவேண்டுமென்று தீர்மானிக்க மேற்படி கூ ட்டதாரில் ஒருவனகிய கர்ணேவென்பவன் பத்துலக்ஷம் படைச்சேவகர்களைத் தயார்செய் தான்.

௪. ஆனல் படைத்தலைவர்களரும் படைவீ ரர்களும் அப்பியாசமில்லாம லிருந்ததால் அ நேசமுறைநமது படைகள் ஜெயிக்கப்பட்டன.

௫. அப்போதுதான் ஊர்க்கலகக்கூட்டத் தார் பரீஸ் நகரிலும் பிராஞ்சுதேச முழுமையி லும் பயங்கரகாலம் ஏற்படுத்தினார்கள். பிராஞ்சு தேசததிக்கு அக்காலத்தில் ஏற்பட்ட இவ்வளவு ஆபத்துக்கும் ஊர்க்கல க்காரர்கள் காரணமா யிருந்தார்கள்.

(கர்ணே என்பவன்.)

எ. குடியரசின் ஜெயங்கள்.

உருக. இந்தப் பாதகங்களெல்லாம் நிறைவேறி வந்தகால
த்தில் நமது படைகள் பிராஞ்சுதேசததின் எல்லைகளில்
வெகுசாமர்த்தியமாய் யுத்தஞ்செய்துக்கொண்டுவந்தன.

உருஉ. பிராஞ்சுப்படைகள் அடைந்த பிரதானஜெயங்
களாவன: புருஞ்சியர்பேரில் வால்மீஎன்ற கிராமத்திலடைந்த
ஜெயமும் ஓத்ரீஷியர் பேரில் பிளெருய்ஸ் நகரத்திலடைந்த
ஜெயமுமாம் (எக-ம். வரலாறு.)

எக—வது. வரலாறு. ஹோஷ்என்னுந்தளகர்த்தன்.

க. ஜென்மதேசம் ஆபத்துக்குள்ளா யிருக்கிறெதென்று கோன்வான்
சியோமென்னு மகாஜன சங்கத்தார் வெளிப்படுத்தியபோது விஸ்தார

(சும்யெச்சையாய் ப்பார்ச்சுவகராகுதல்)

மான பாலியர்கள் சம்பள
மின்றி சேவிக்ற தென்று
பொதுவிடங்களில் ஏம்படுத்
திய கச்சேரிகளில் பேர்பதி
ந்து கொண்டார்கள் பிற்பாடு
ஜென்மதேசத்தை எப்புறத்
திலும் அபகரித்துக் கொள்ளு
வதற்காக வந்த அன்னிய
ஜனங்களைத் தடுப்பதற்காக
எல்லைகளை நோக்கிப் பிரயா
ணப்பட்டும் போஞர்கள்.

உ. அப்போது பாலிய
தளக்கர்த்தர்கள் ஏற்பட்டார்கள். அவர்களில் ஹோஷ் என்பவன் மிகு
ந்த பிரபலமுள்ளவஹு யிருந்தான்.

ங. களசு அ—ம். ஹுஉத்தில் ஹோஷ் என்பவன்
வெர்சாயில் நகரிற்பிறந்து ககஉவபதில் படைச்சே
வகஹுகவும் (களங்கூ—ம். வருஹத்தில் அவல்தாராக
வும். களகஉ—ம். ஹுஉ படைவருப்புக்குத் தஎக
ர்த்தஹுகவும் களகூஉ—ம். ஹுஉத்தில் தஊலைமைசெஹுதி
பதியாகவும் ஏம்பட்டான்.

(ஹோஷ்த்தளகாத
தன்.)

ச. பெரிய தஎகர்த்தஹுமாய் விசேஷ தேசாபி
மான முள்ளவஹுமா யிருந்த இவஹுக்கு ஞாபகக்கு
றிப்பாக வெர்சாயில் பட்டணத்தில் ஏம்படுத்திய
சிஜலைவத்திருக்கும் கட்டைச்சுவரில்சுருக்கமாகவும்
இலட்சுணமாகவும் எழுதியிருக்கும் ஞாபகப்பட்ட
மென்னவென்று‌ல் ககஉவபதில் படைச்சேவசலுக
வும் உகஉவயதில்தஊலைமை செஹுதிபதியாகவும்மிருந்து
உகூ—வயதில் இறந்துபோன ஹோஷ் என்பவன்.

அ. தலைவர்சங்கம், தளகர்த்தனாய போனப்பார்த்

உ௱ங. பயங்கரகாலம் களகசஉ-ம். (௲௭) த்தில் முடிந்தது அப்போது பாதகங்களுக்கு முக்கியகாரணமாயிருந்ததுஷ்டர் கள் ஒருவரை யொருவர் மாய்த்துக்கொண்டார்கள்.

உ௱௪. களகசஉ-ம். (௲௭) த்தில் கோன்வான்சியோ வென்னும் மஹாஜன சங்கத்தார்கள் அலுவல்விட அவர்களுக்குப் பதிலாக - நூ - பேர் கூடிய தலைவர்சங்கமும் முறைமைகள் ஏற்படுத்துவதற்குரிய இரண்டு சபைகளுங்கூடிய அரசாக்ஷியேற்பட்டது.

உ௱௫. தலைவர் சங்கத்தார் புருய்ஸ்தேசத்தாரோடு சமாதானஞ்செய்துக்கொண்டு நப்போலெயோம் போனப்பார்த் என்னுங் தளகர்த்தன ஒத்ரீஷ்தேசத்தின் பேரில் யுத்தஞ் செய்ய அனுப்பினார்கள். (எஉ-ம். வரலாறு.)

எஉ—வது. வரலாறு. போனப்பார்த்தென்னுந்தளகர்த்தன்

க. நப்போலெயோம் போனப்பார்த் என்பவன் கோர்ஸ்தீவில் அழாக்ஸியோ வென்னும் நகரத்தில் களகுக-ம். (௲௭) அவு௱ கருடெ யிற்பிறந் தான் அவன் கும்பம் ஏழ்மைதனமுள்ளதா யிருந்தது. பிரியேன் நக ரத்தில் இராணுவபள்ளிக்கூடத்தில் சர்க்கார் சிலவில்படிக்கும் மாணா க்கரென். அவன் உபாத்தியாயர்கள் அவனது ஆச்சரியத்துக்குரிய புத்தி விசாலத்தைக்கண்டு பிரமித்தார்கள். பின்பு பரிஸ் நகரத்தின் ராணுவப் ப்ரளிக்கூடத்தில் படிக்கப்போய் லப்டேர் நகரத் தின் பிராங்கிப்படைக்கு உ-வது. தலைவனுக உத்தி யோகம் பெற்றுன்.

உ. களகுட-ம். (௲௭) த்தில் இங்கிலீஷ்காரர்கள் அபகரித்துக்கொண்டது லோன் நகரத்தின் முற்று கையில் பிரக்கியாதை யடைந்தான். அப்போது பிராங்கிப்பட்டாளத்திற்குத் தலைவனையிருந்துலசை வயதில் படைத்தலைவனுடன்.

ந. களகுசு-ம். (௲௭)த்தில் இத்தாலிதேசத் தில் பியேமொன்த்தே ஊரார்பேரிலும் ஒத்ரீஷியர் பேரிலும் யுத்தத்திற்கு அனுப்பப்பட்டு க௦-மாத த்தில் பியேமொன் ஊர்படையும் ஒத்ரீஷியர் மூ ன்றுபடைகளையுஞ் ஜெயித்தான்.

ச. ௲ரு,000 படைச்சேவகர்களைக்கொண்டு உ00000 சத்துருக்களை வென்று, உ௱,000 பேருக் சதிகமானவர்களைக் கொன்று ௰௦000 பே ருக் சதிகமானவர்களைப் பிடித்துக்கொண்டான் கஉ-பிரபலமான யுத்தங் கள்செய்து அவைகளில் ஜெயமடைந்து சு௦-க்கு அதிசமான சண்டை கள் செய்தான் குடியரசின் மஹா பெரிய தளகர்த்தனென்கிற கீர்த்தி யோடு பிராஞ்சுதேசத்திற்குத் திரும்பிவந்தான்.

(போனப்பார்த் தள சர்த்தன்.)

கூ. எழிப்த்தேசத்திற்கு பிராஞ்சுப்படைகள் சென்ற விருத்தாந்தம்.

உஙங. ஒத்ரீஷியர் போனப்பார்த்தென்னுந் தளகர்த்தனுல் அநேகமுறை தோர்வையடைந்து பிராஞ்சுதேசத்திற்கு விசேஷமகிமையுள்ள கம்ப்போபொர்மியோஎன்னுங் கிராமத்திற் செய்த உடன்படிக்கையில் கையெழுத்து வைத்தார்கள்.

உஙஎ. இங்கிலீஷ்க்காரர் ஆயுதமுஸ்தீப்பு செய்துக்கொண்டு சண்டைக்குத்தயாராக விருந்தார்கள் போனப்பார்த்தென்னுந்தளகர்த்தன் அவர்களேச்சமாதானத்திற்கு உடன்படுத்தும் பொருட்டு எழிப்த்தேசத்தில் யுத்தஞ்செய்யப்போனன் ஏமின்னூல் எழிப்த்தேசமானது இங்கிலீஷ்க்காரர் புதிதாய் குடியேறியபலத்தார்கெளே யநுப்பவித்துக்கொண்டுவந்த சுஇந்தியாதேசத்தின் பாதையிலிருந்தது (எஙம். வாலாறு.)

உஙஅ. அவ்விடத்தில் அவன் ஜெயசெல்லுயிருந்தான் ஆனுல் இந்தியாதேசத்திற்குப் போகிறதற்கு அவனுக்கு வழியில்லாமற் போய்விட்டது. ஆகையால் தன்னுடைய பட்டாளத்தைத அவ்விடத்திலேயேகிறுத்திவிட்டு பிராஞ்சுதேசத்திற்கு வந்துசேர்ந்தான்.

எங—வது. வரலாறு. உயர்க்கோபுரங்கள்.

க. ... மூபேத்மூ கவியில் போனப்பார்த் என்பவன் ...கிரி என்னும் நகரத்தில் கப்பலைவிட்டிறங்கி மீல் என்ற ...த்து எழிப்தேசத்தின் இராஜதானியாகிய கேர் நகரம் ... அந்த நதியின்வழியாய்ப் போனன் அவ்வழி மகா கடின மாயிருந்தது.

உ. ...சாராயமும் இல்லாத படைச்சேவகர் இத்தாலிதேசத்தின் ... உள்ள தோட்டங்களையும் வயல்களையும் எப்பொழுதும் வெந்துக் கொண்டிருந்த மாம்ச பதார்த்தங்களையும் குறித்து விசனப்பட்டார்கள்.

க. போனப்பார்த் இடைவிடாமல் படைவரிசைகளை சுத்தி பார்வை யிட்டு படைச் சேவகருக்குத் தைரியஞ்சொல்லி கேர்பட்டணத்துக்குப் போய்ச் சேர்ந்தவுடனே அந்த செல்வம்பொருந்திய நகரத்தில் ரொட்டி யும் இறச்சியுஞ்சாராயமும் அவர்களுக்கு அகப்படுமென்றுசொன்னன்.

ச. படைத்தலேவர்கள் போனப்பார்த் சொன்னபடிக்குச்சொல்லி படைச்சேவகர்கள் பொறுமையா யிருக்கும்படிக்கு புத்திசொன்னர்கள். அந்தப் படைத்தலைவர்களுக் குள்கப்பாஒல்லி என்று ஒருவனிருந்தான் ஒருநாளியன் மனக்குறையுள்ள சிலைநாப்பார்த்து பிரசங்கித்துக்கொண் டிருந்தபோது பட்டாளத்தின் முதலணி சேவகனெருவன் இவனேநோக் கி ஆ சுவாய்ப்படைத் தலைவனே நீர் பரிகாசஞ் செய்கிறீர்.

க0. கோன்சூயல் அதிகாரம்.

உ௩க. போனப்பார்த் பிரான்சுதேசத்திற்கு திரும்பிவந்தபோது வறக்குறைய ஏரோப் கண்டமுழுதும் இராஜாவைச்சேர்ந்த கட்சிக்காரரும் தலைவர்சங்கத்தார்பேரில் எகோபித்து எதிர்த்திருப்பதைகண்டறிந்தான்.

உ௪0. போனப்பார்த் என்பவன் இராச்சிய அதிகாரத்தைப்புரட்டி பிரான்சுதேசத்திற்குத் தலைவனுகிலன் (கஎ௬௬)

உ௪க. முதல்முதல் கோன்சூயல் அதிசாரஸ்தன் என்கிற பட்டத்தை வகித்துக்கொண்டு மராங்கோ என்ற கிராமத்தின் ஜெயத்தினல் இன்னெருதரம் ஒத்ரீஷ்தேசத்தைச் சமாதானத்திற்குவர உடன்படுத்தி இங்கிலீஷ்தேசத்தோடு சமாதான உடன்படிக்கைசெய்துக்கொண்டான்.

உ௪உ. போனப்பார்த் எண்டவன் யுத்தகாலத்தில் எப்படியோ அப்படியே சமாதானக்காலத்திலும் மிகுந்த புத்தி சூட்சமுள்ளவனயிருந்து பிரான்சுதேசமானது இன்றைக்கிருப்பதுபோல் அதைச்சிர்ப்படுத்தினென் ஆனுல் நாளுக்கு நாள் பொதுமனச்சுதந்தரங்களை குறைத்துவரத் தலைப்பட்டான்.

உ௪௩. கஅ0சு—ம். ஹல த்தில் அவன் சக்கரவர்த்தியாக நியமிக்கப் பட்டான்.

எ௪—வது. வரலாறின் துடர்ச்சி.

எப்பொழுதும் உமக்கு இங்கொருகாலும் பிரான்சுதேசத்தில் ஒரு காலுமிருக்கிற தென்ற ைதரியத்திலிருக்கிறீர் என்றுன் அமதெனன் முல் பிரான்சுதேசத்தில் சுபாரேல்லியன் ஒர் கால்யுத்தத்திற் சரயம்பட்டு வெட்மிண்டுபோக அந்நாள்முதல் பெய்க்கால்போட்டு நடந்துக் கொண்டிருந்தான்.

இ. இந்தக்கொடியவர்த்தமானகாலத்தில் பிரான்சுக்காரருக்குஇயல் பாயிருக்கிற களரியானகுணத்தினல் நம்முடைய படைச்சேவகர் சமா
ளித்துக் கொண்டார்கள் க
டைசியாய் பாண்டம் மற்ழு
தராஸ்கட்டிய மகாபெரிய
கட்டடங்களாகிய உயர்கோ
புரங்களி னருகேவந்து சேர்
ந்தது அவைகட்கருகில் எழி
ய்ப்த்தேசத்தை யறுபவித்து
க்கொண்வெந்த வீரசூரப்பி
ரைசகளாகிய மம்லுய்க்மார்
கள் பிரான்சுக்காரருடன் யு
த்தஞ்செய்யக் காத்திருந்தா
ர்கள்.

(ம்பானப்பார்த் போர்ச்சேவகர்களுக்கு
உயர்கோபுரங்களைக்காட்டி
உசாவுதல்.)

சு. போனப்பார்த்படைச்சேவகர்களின் உற்சாக்த்தைத் தூண்டுவதற் கான வார்த்தைகளை வசனிக்க எப்பொழுதும் திறமையுள்ளவனயிருந் தான் அவன் உயர்கோபுரங்களை படைச்சேவகர்களுக்குக் காண்பித்து படையைநோக்கிச் சொன்னதாவது படைச்சேவகர்களே இந்த ஞாபகக் கட்டடங்களின் உயரத்தினின்று சு0. யுகங்கள் உங்கள் சாமர்த்தியும் எப்படிப்பட்டதென்று பார்க்கின்றன.

எ. படைச்சேவகர்முழுதும் ஜெயமடைய கொஞ்சத்திற்குள் எழிய ப்த் தேசத்தின் இராஜதானி நகரத்திற் பிரவேசித்தான்.

கக—வது. சக்ரவர்த்தி ஆளுகை ஒத்ரீஷ் ருய்சி என்னுந் தேசங்களின்பேரில் தொடுத்த சண்டை.

உசுச. இங்கிலீஷ்காரர் திரும்பவுஞ் சண்டை துவக்க ஆரம்பித்தபடியால் அவர்கள் தேசத்தைத் தண்டிக்கவேண்டுமென்று இங்கிலீஷ்தேசத்திற்குப்போக சக்கிரவர்த்தி எத்தனப்பட்டபோது இங்கிலீஷ்காரர் தம்மீது யுத்தஞ்செய்வதற்கு ஒத்ரீஷ்யனையும், ருய்சியனையும் தூண்டிவிட்டார்கள்.

உசுரு. சக்ரவர்த்தி ஒஸ்தர்லீத்ஸ் என்னும் பட்டணத்தில் ஒத்ரீஷ் பாளயத்தையும் ருய்சி பாளயத்தையும அதமாக்கிவிட்டான் (கஅ0ரு-ம்.) (எச-ம். வரலாறு.)

உசுசு. ஒத்ரீஷ் தேசத்தார் பிரொன்பூர் என்ற பட்டணத்தின், சமாதான உடன்படிக்கையிற் கையெழுத்துவைத்தார்சுள்.

எச—வது. வரலாறு. ஒஸ்தர்லீத்ஸ் என்றபட்டணத்தின் யுத்தத்திற்கு முதல்நாள் நடந்த விருத்தாந்தம்.

க. சக்ரவர்த்தி பெருஞ் ஜெயங்களை யடைந்து ஒஸ்தர்லீத்ஸ் என்ற நகரருகில் ஒத்ரிஷியர் படையையும் ருசியர் படையையுங் காண்பதற்கு முன்னமே வியேன் நகரில் நுழைந்தான்.

(ஒஸ்தர்தலீத்ஸ் சண்டைக்குமுன்னுள்முதல் நப்போலெயோம் இராணுவகூடாரங்களில் போர்ச்சேவகர்களைப் பார்வையிடெதல்.)

உ. இதுவரைக்கும் நப்போலெயோம் பேரில் யுத்தஞ்செய்யாத ருசியர் மஹா இறுமாப்புள்ளவர்களா யிருந்தார்கள். பிராஞ்சுப் படையை ஒரெயுத்தத்தில் அழித்துவிடுவதாகப் பேசிக்கொண்டார்கள்.

ந. நப்போலெயோம்ஜெயமடைவதற்குத் தக்கவழிப்பாடுகள் செய்துக்கொண்டு இராத்திரிகாலத்தில் இராணுவகூடாரங்களிந்காவலிருந்த படைச்சேவகர்களைக் கண்காணிக்கப்போனான் அவன் இன்னனென்று சேவகர்கள் அறிந்துக்கொண்டு அநேகமாயிரம் கோல்களில் வைக்கோலைச் சுற்றி பந்தங்கொளுந்தினார்கள். பாசறைமுழுதும் அக்கூணமே யுண்டான இந்த வெளிச்சத்தினூல் பிரகாசிக்கப்பட்டது.

சு. பட்டாளத்தின் முதலணி விருத்தாப்பியச் சேவகர்களிலொருவன் சக்ரவர்த்தியினிடத்தில் வந்து அவனைநோக்கி மஹாசக்ரவர்த்தியே உமக்குப் பட்டாபிஷேகமான வருஷபண்டகை கொண்டாவெதற்கு நாளையத்தினம் சத்துருக்களின் சகலகொடிகளையும் பிராங்கிமூஸ்தீப்புகளையும் உம்மிடத்திற் கொண்வெந்து சேர்ப்போ மென்ரான்.

கஉ. ருசிதேசத்தினபேரிலும புருய்வ்ஸ்தேசத்தின்பேரிலும் யுத்தம்.

உகூஎ. புருப்ஸ்தேசமானது கொஞ்சத்திற்குள் நம்மை மிரட்ட எற்பட நப்போலெயோம் சக்ரவர்த்தி அதின்பாளூயத்தை நிர்மூலமாக்கி எழு நாளுக்குள்ளாக ஏறக்குறைய இராச்சியத்தை முழுதுஞ் ஜெயித்துக்கொணடான். (கஅ0கூ) (எறி - ம். வரலாறு.)

உகூஅ. பின்பு எய்லோவென்னும் கிராமத்திலும் பிரியெத்லான் என்னும ஊரிலும் ருசியர்பேரில் ஃபெருஞ் ஜெயங் கொண்டான் (கஅ0எ).

உகூகூ. புருப்ஸியரும் ருசிபரும் தில்சித்ஙகராத்தில் பிராஞ்சுக்காரருடன் சமாதான உடன்படிக்கைச் செய்துக்கொண டார்கள்.

எறு—வது, வரலாறு. புருய்ஸ் தேசத்தின்மீது படை யெடுத்தல்.

க. ரொஸ்பாக் என்ற கிராமத்தில் சஈு-வது லுய் அரசனுடைய தளகர்த்தீளை வென்று உ-வது பிரெதெரீக் அரசன் அடைந்த பிரபலமான ஜெயம் புருசியருக்கு ஞாபகமாயிருந்தது. மூன்லுல் ஒள்தார்லீத்ஸ் ஜெயத்துக்குமுன் ருசியர்பேஒனதுபோல் புருய்ஸியரும் பிராஞ்சுபடையையழித்து விடலாமென்று பேஒனர்கள்.

உ. பெர்லென் நகரத்இல் பிராஞ்சுதுதஒன துஹ்ஒணித்துப் பேஒஉறர்கள்.

(முதல்நப்போலெயோம் பெர்லென் நகரில் பிரவேஒத்தல்.)

புருய்ஸ்தேசத்து இராச்ஜினி இராணுவ உடுப்பணிந்து குதிஒமெலிருந்து படைகஒப் பார்வையிட்டுக்கொண்டெந்தாள்.

ஈ. நப்போலெயோம் சக்ரவர்த்தி சண்டை விளம்பரஞ் செய்தான். ஒக்தோபர் மீ ஈ0 – கூ யில் முதற்சண்டை நடந்தது – கஎஉ இஒயெ ஒநகராச்இல் சக்ரவர்த்தி புருஒபருடைய இரண்டெபடைகளிஒலொன்றை அதஞ்செய்தான் அன்றையத்ஒனமே தவுஸ்த் என்பவன் உகூ000 படைச்சேவகர்களோடு ஈுஈு 000 ஜனங்களுள்ள உ—வது புருய்ஸ்யபளைய த்தை ஒஒவொர்ஸ்தாயெத் என்னுங்கிராமத்தில் முறியவடித்தான்.

ஐ. உடனே புருஒயர் தங்கள் கோட்டைகஒ யெல்லாம் தவக்கமி ன்றி ஒப்புக்கொடித்துவிட்டார்கள் புருஸ்தேசத்தரசன் தன் தேசங்களின் கடைஒ எல்ஓயில் ஒரு சேவகனும் தனக்கு இராமல் ஒளிந்துக் கொண்டான் - உஎு - உ யில் பிராஞ்சுசக்ரவர்த்தி பெர்ஒலன் நகரத் இந்பிரவேஒத்தான். (கஉ)

கங. க௮க௬-ம். வருஷத்தில் சக்ரவர்த்தியின் இராஜரீகம்.

உ௭0. சக்ரவர்த்தி இவ்வளவு ஜெயங்களால் மகிழ்ந்து மமதை கொண்டிருந்தான் பின்பு எரோப்புகண்டத்தை தன் பந்துக்களுக்கும் தளகர்த்தருக்கும் பகிர்ந்து கொடுத்தனன்.

உ௭க. நப்போலெயோம்என்பவன் தன் கைக்குடங்காதிருந்த இங்கிலீஷ்தேசத்தை அடக்குவதற்காக அத்தேசமானது செய்யும் வியாபாரத்தை யழித்தால் அது தன்ன பொறுத்தல் கேட்குமென்றெண்ணி அதற்காக எரோப்புதேசமுழுமையிலுமுள்ள சகலதுறைமுகங்களிலும் இங்கிலீஷ்கப்பல்கள் வரவொட்டாமல் விலக்கஞ்செய்தான் அதனூல் விக்கினங்கள் நேரிட்டன அவைகளைச்சக்ரவர்த்தி நீக்கினன்.

உ௭௨. பின்புஎஸ்பாஞ்தேசத்தில் அரசுசெலுத்திவந்த குடும்பத்தாரை அரசாக்ஷியையவிட்டு நீக்கினன் அவ்வூரில் அவன் யுத்தஞ் செய்த போது ஒத்ரிஷ்தேசத்தார் மறுபடியும் அவன் பேரில் எதிர்த்தார்கள்.

உ௭ங. நப்போலெயோம் வகிரான்என்ற கிராமத்தில் ஜெயமடையவே ஒத்திரிஷ்தேசத்தார் மறுபடியும் சமாதான உடன்படிக்கைசெய்துக்கொண்டார்கள் (க௮0க) ஒத்ரிஷ்தேசத்துச் சக்ரவர்த்தி தன் குமாரத்தியாகிய மரிலுய்ஸ்என்னும் பெண்ணை நப்போலெயோனுக்கு விவாகஞ்செய்விக்க அவனுக்கு க௮கக – ம் – இல் த்தில் ஒராண்குழந்தை பிறந்தது அதற்கு உரோமாபுரிஅரசனென்னும் நாமந்தரித்தார்கள்

உ௭ச. பிராஞ்சுதேசத்தார் தங்கள் சக்ரவர்த்திக்கு ஒரு சுதந்தர வாரி பிறந்த சேதியை மகிழ்ச்சியோடு அங்கிகரித்தார்கள். எரோப்புகண்டத்தரசர்கள் சக்ரவர்த்திக்கு ஸ்துதிகள் எழுதியனுப்பிஞர்கள் நப்போலெயோனுக்குச் சகலமும் அநுகூலப்பட்டுவருவதாகத்தோன்றிற்று ஆயினும் துயரமாகியமுடிவு சமீபித்திருந்தது.

உ௭௫. அக்காலத்தில் பிராஞ்சுராச்சியம் – கஉ0 – ஜில்லாக்களாய்ப் பிரிந்திருந்தது எஸ்பாஞ், நாப்பிள், வெஸ்த்பாலி, பவியேர், விர்த்தாம் பேர், சாக்ஸ்என்னுந்தேசங்களின் அரசர்களும் இன்னம் வெறுவிஸ்தாரமானமன்னர்களும் சக்ரவர்த்தியினுடைய அதிகாரத்திற்குக் கீழ்ப்பட்டிருந்தார்கள். ஷார்ல்மாஞ்என்னுஞ் சக்ரவர்த்தி காலந்தொடங்கி இவ்வளவுவல்லமை பொருந்திய அரசனும் ஒருவனுமிருந்ததில்லை.

௬௪. ருசிதேசத்து யுத்தம்.

௨௭௬. ஓர் பெருந்தப்பிதத்தால் இந்த பிராஞ்சு இராச்சியம் அழிய ஆரம்பித்தது. நப்பொலெயோம் ருசியனைப்பகைத்து அவர்கள் பேரில் யுத்த விளம்பரஞ்செய்தான்.

௨௭௭. அவன் இன்னமும் ஜெயசீலனாய் மொஸ்குநகரத்தில் நுழைந்தான் ஆனல் பிராஞ்சு தேசத்திற்கு திரும்பிவர ப்பிரயாணப்பட்டபோது வழியில் ஏறக்குறைய அவன் பாளயம்முழுதும் சேதப்பட்டது (௧௮௧௨) (௭௬-ம்-வரலாறு)

௭௬—வது, வரலாறு. ருசிதேசத்தைவிட்டு நீங்கியது.

௧. சக்ரவர்த்தி மூன்றுலட்சம் பிராஞ்சுக்காரரும் இரண்டுலட்சம் ஐக்கியமான ஜனங்களும் ஆசஐந்துலட்சம் ஜனத்துடன் ருசிதேசத்தின் பேரில் நிற்பாக்கியமாய் யுத்தம் ஆரம்பித்தான்

௨. ருசியர் எதிர்த்தபோதெல்லாம் அவர்களே ஜெயித்தான் மொஸ்கோவாவென்ற ஆற்றின் சமீபத்தில் மகாபெருஞ் ஜெயங்கொண்டு மொஸ்குநகரில் பிரவேசித்தான்

௩. ஆனல் ருசியருடைய படைகளை அவன் நிர்மூலமாக்கினதில்லை மகாபலத்த இராச்சியமாகிய ருசி தேசம் பிடிபடாம லிருந்தது மழைகாலம் சமீபித்தது. ருசியர் நம்பிக்கையற்ற துணிவோடேமொ ஸ்குநகரனாக் கொளுத்திப்போட் டார்கள். சில நாழிகைகளில் தீப் பிரளயங்கள் பட்டணத்தை மு முதும் சூழ்ந்துக் கொண்டன ருசி சக்ரவர்த்திகளின் வாசஸ் தானமாகிய கிரெம்லேன் என்ற அரண்மனையில் இறங்கி யிருந்த நப்பொலெயோம் சக்ரவர்த்தி அதை விட்டப்பிறப்பட்டு வரம னதில்லாதவனு யிருந்தான் அர

(மொஸ்க்குநகர் அக்கினிப்பிரளய மாக முதல் - நப்பொலெயோம் அதைவிட்டுப் பிரப்படுதல்.)

ண்மனயின் சிலபாகங்கள் தீப்பற்றி எரிந்து விழுந்துக்கொண்டிருந்த படியால் சக்ரவர்த்தியின் பிரதானஉத்தியோகஸ்தர் அதைவிட்டு அவனை கட்டாயமாய் வெளிப்படுத்த வேண்டியவர்களானர்கள்.

௪. மொஸ்குநகரத்தின் தீப்பிரளயத்திலுல் நப்பொலெயோம் சக்ர வர்த்தி பின் வாங்கநேரிட்டது குளிர் மிகுதியாயிருந்தது பூமி முழுதும் வெண்பனிக்கட்டிகளால் மூடப்பட்டு பக்ஷண வஸ்துக்கள் குறைவாயினை சத்துருக்கள் நம்முடைய பட்டாளங்களை அடித்து அலக்கழிப்பதிலுல் இவர்களுக்கு மிகுந்த துன்பம் நேரிட்டது.

௫. பாளயம் பின்வாங்கி கொஞ்சத்திற்குள்ளாக முறிந்தோடியது அப்பொழுது மூன்று லட்சம் ஜனங்களுக்ககதிகமாய் மடிந்தார்கள் நப்பொ லெயோம் என்பவனுண்டாயிருந்த மருட்சி நீங்கிவிட்டது.

கரு. சக்கரவர்த்தி ஆளுகை.

உஎஅ. அப்போது அல்மாஞ் தேசத்தார் முழுதும் எதிர்த் துக்கொள்ளவே எரோப்கண்டத்தரசர்யாவரும் ஒன்று கூடி பிராஞ்சுதேசத்தின் பேரில்படையெடித்துவந்தார்கள்(ச௮நகூ)

உஎக. பிறதேசத்துப்படைகள் பிராஞ்சில் பிரவேசித்தன சக்கரவர்த்தி பிராஞ்சுதேசத்தின் ஆச்சரியத்துக்குரிய யுத்த த்தில் நமது தேசத்தை ஒவ்வொராடமாய்க் காபந்துசெய்து யுத்தஞ்செய்தான் ஆயல் பிராஞ்சுதேசத்தை சக்கரவர்த்த பல வினைப்படுத்தினதினல் இனியுத்தஞ் செய்ய வலுவற்றவனைன் (கஅகச)

உஅ0. பரிகரப்படியபடவே ஐக்கிய அரசர்கள் கசா-வது. லுய் அரசனின் சகோதாரனுகிய கசு—வது. லுய் அரச னே இராஜாவாகத் தெரிந்துக்கொண்டார்கள் நப்போலெயோ னுக்கு ஏல்ப்பான்னுங் த்வைகொமிக்க அவன் பிராஞ்சுதேச த்தை விட்டு அவ்விடத்திற்குப் போய்விட்டான். (கஅகச)

உஅக. சக்கரவர்த்தி சிலகாலஞ்சென்று திரும்பவும்வந்தான் அவன் நெருங்கிவரவே கசஅ—வது. லுய் அரசன் ஓடிப்போ னுன். உடனே எரோப்புகண்டத்தரசர்கள் இன்னமும் பிராஞ் சுதேசத்தின்பேரில் ஒன்றுகூடி படையெடித்தார்கள்.

உஅஉ. வட்டர்லோ என்ற கிராமத்தில் சக்கரவர்த்தி தோ ர்வையயடைந்து (எஎ-ம்.வரலாறு) அரசாஷியைக் கையளித்து விட்டு ஒரு இங்கிலீஷ்கப்பயில் அடைக்கலமாகப்போனுன்.

எஎ—வது, வரலாறு. வட்டர்லோஎன்னுங் கிராமத்தில் நேரிட்ட தோர்வை.

க. வட்டர்லோவென்னுங் கிராமத்தில் சக்கரவர்த்தி இங்கிலீஷ்சார ருடைய பெரும்படையுடன் எதிர்த்து யுத்தஞ்செய்தான். இங்கிலீஷா

(வாட்டர்லோவின் அபஜெயம்.)

ர்கள் மகா சாமர்த்தியமாய் எதிர்த்து யுத்தஞ்செய்தார்சள் ஆயல் கடைசியா யவர்சள் தோர்வையாற சமையமான போது போர்க்களத்தில் புதி ப்படைகள் வர சக்கரவர்த்தி அவைகளைப்பார்த்து புருஷியர் படையைக் சஞ்சாணிப்பதற் ஆகத் தானனுப்பியிருந்த தன் சேனதிபதிகளிலொருவனுகிய குருஷி என்பவனின் படைச ளென்று நினைத்திருந்தான்.

ஆயல் அதற்கு விரோதமாக அந்தப்படைகளோ இங்கிலீஷ்காருக்கு ஒத்தாசைசெய்யவந்த பேர்பெரிய புருஸ்ஸ்படைகளில் சிலவாளாம்.

உ௭ங. இங்கிலீஷ் அரசாங்கியார் அத்லாந்திக்கென்னும் மகாசமுத்திரத்திலிருக்கும் செந்தெலேன் தீவில் அவனையனுப்பவே அவ்விடத்தில் அவன் இறந்துபோனான்.

உ௭ச. கஅ—வது லுய் அரசன் திருப்பவும் சிங்காசனத்திலேறி பாஸ்கரத்தின் உடன்படிக்கையிற் கையெழுத்துவைக்க உடன்பட்டதினால் நாம் ஜெயித்துக்கொண்ட தேசங்களெல்லாம் நம்மைவிட்டு நீங்கிப்போயின (கஅக௫)

உ௭ரு. பிராஞ்சுதேசமானது இவ்வளவு பெருஞ்செயங்களையடைந்து இவ்வளவு துன்பங்களையனுபவித்தபின்பு (கஎஅக) ஆ௫ல் ததியிலிருந்ததைப்பார்க்கிலும் அதிகசொற்பதேச மாயிற்று.

எஎ—வது, வரலாறின் தொடர்ச்சி.

உ. நப்போலெயொம் என்பவன் உடனெ புதிதாய் வந்த இந்த சத்துருக்கள் பேரில போர்புரிந்தான். ஆனல் அச்சமயத்தில் இங்கிலீஷ்காரர்கள் தாங்கள் விட்டோடிப்போயிருந்த நிலையான வடங்களில் திரும்பவும் யந்துசேர்ந்தார்கள்.

ங. சக்ரவர்த்தி கடைசி உற்சாகம் வருவிக்க அவன் பாளைய முழுமையும் எதிரிகளுடைய இரண்டுபடைகள் பேரிலும் பாய்ந்து விழவே திடீரென நமது பாளையத்தின் வலதுபுறத்தில் பிராங்கி சப்தம் கேட்டது சக்ரவர்த்தி கூச்குரலிட்டு இப்போது வந்தவன் குரூஷி என்பவன்தா னென்றுன் புதுப்படைசளுடன் வந்தவனொரு புருஷிய தளகர்த்தனே யல்லாமல் குரூஷி என்பனல்ல.

ச. நமது சாமர்த்தியமுள்ள படைச்சேவகர் அதிகஜனத்தொகையின் சத்துருக்கள் பேரில் இனியுத்தஞ்செய்யக்கூடாமற் போனதுர்கள் ஃஉங்கிலீஷ் புருஷிய வெடிமருந்துபட்டாளங்களால் பிராஞ்சுப்படைமுறியடிக் கப்படவே சக்ரவர்த்திகையில் கத்தியணிந்து தனக்கு உயிர்ச்சேதம் வந் தாலும்வாட்டுமென்று எவ்விதசாமர்த்தியஞ்செய்தும் தான் ஜெயிக்கக்கூ டாமல் போர்க்களத்தை விட்டோடும்படி நேரிட்டது.

சு - ம். புஸ்தகத்தின் சுருக்கம்.

க. சாதாரண சங்கத்தார் சர்வஜன சங்கத்தா ரென்னும் பெயரைப்பெற்று இராச்சியபாரத்தை முழுதுஞ் சீர்திருத்தத் துவக்கினர்கள்.

ககூ - வது. லுய் அரசன் அதற்கு ஆகேஷபணசொல்ல எத் தனிக்கவே கலாபணகள் உண்டாயின. கஎஅகும்-ஹரி ழுலி யேத் மீ கசா வ பஸ்திய் என்ற இராஜக்கோட்டைப்பிடிக்கப் பட்டது அவ்வருஷமே ஒக்தோபர் மீ ரு உயிலும் சூ உ யி லும் ஜனங்கள் கூட்டமாய் எதிர்த்து வெர்சாய்ல் பட்டணத் தை விட்டு பரீஸ்நகரத்துக்குப் போக அரசணையுடன்படுத்தி னர்கள்.

அரசன் ஓடிப்போக எத்தனித்தபோது திரும்பவும் கூட்டி க்கொண்டு வரப்பட்டான் கொஞ்சகாலம் அவனுடைய அதி காரத்தை நீக்கிவைத்தபின்பு புதிதாயான அரசாகூஷியேற்பா ட்டை யநுசரிப்பதாக அவனிடத்தில் சத்தியம் வாங்கிக்கொ ண்டு அவனுடைய அதிகாரத்தைத் திரும்பவுமளித்தார்கள்.

உ. அரசாகூஷியேற்பட்டு சங்கத்தாருக்குப் பதிலாகவந்த முறைமைசங்கத்தார் (கஎகூக) ஒத்ரீஷ்தேசத்தின்பேரில் சண் டை விளம்பரஞ்செய்யும்படியாக உடன்படுத்தினர்கள்.
இந்தச்சங்கத்தார் குருக்களுக்கும் வங்கிஷபதிகளுக்கும் வி ருத்துவமாய் ஏற்படுத்தியசட்டங்கள அரசன் ஒப்புக்கொ ண்டு கிராகரித்தான்.

அப்போது ஜனக்கூட்டத்தார் அவனரண்மனையை யபகரி த்துக்கொண்டார்கள் (கஎகூஉ - ம் ஹரி அவு மீ க0 உ) அரச னும் அவன் குடும்பத்தாரும் தாம்ப்பிள் என்ற சிறைச்சாலை யிலடைக்கப்பட்டார்கள்.

ங. மகாஜனசங்கத்தார் முறைமைசங்கத்தாருக்குப்பதிலாக வந்தார்கள் அவர்கள் இராஜ அதிகாரத்தையழித்து குடியர சைஸ்தாபித்து ககூ - வது லுய் அரசண தீர்மானித்து அவண மரணத்துக்குத்த ண்டண யிட்டார்கள். அவன் கஎகூட ம். வருஷம் ஜானவிபேர் மீ உக உ யிலிறந்துபோனன்.

எரோப்கண்டமுழுமையு மொன்றுகூடி பிராஞ்சுதேசத்
தின்பேரில் படையெடுத்து கோன்வான்சியோமென்னு மகா
ஜன சங்கத்தார் பொது இரக்ஷணிய சபையையும் குழப்பகா
லத்திற்குரிய நீதி ஸ்தலத்தையும் எற்படுத்தினர்கள் பிராஞ்சு
தேசமுழுமையிலும் பயங்கராகாலம் நேரிட்டது.. மரி அந்து
வானேத் என்னும் இராக்கினி கொலைக்களத்திற் கொல்லப்
பட்டாள் (களகூட) பிராஞ்சு படைகள் எல்லாவிடங்களி
லும் வெற்றியடைந்தன அவைகளடைந்த பெருஞ்ஜெயங்கள்
வால்மி, பிளேரீஸ்என்ற விடங்களில் உண்டாயிருந்தன.

பயங்கராகாலம் களகூசு-ம். வருடத்தில் முடிவுபெற்றது கோ
ன்வான்சியோமென்னு மகாஜனசங்கத்தார் நீங்கியதற்குப்பதி
லாய்த் தலைவர்சங்கமும் வேறே இரண்டு சபைகளும் உண்டா
யின.

௬. நப்போலெயோம் போனுப்பார்த் என்னுங் தளகர்த்
தன் இத்தாலிதேசத்தின் யுத்தத்தில் ஒத்ரீஷ்தேசத்தாரை
ஜெயித்து காம்போபொர்மியோ என்ற கிராமத்தின் சமாதான
உடன்படிக்கைசெய்ய அவர்களூ யுடன்படுத்தினுன் (களகுள)

இங்கிலிஷ்தேசத்தை ஜெயிக்கும்பொருட்டு எஜிப்த்தேசத்
தில் படையெடுத்துப்போனுன். அது மகிமைக்குரியதாயிருந்த
போதிலும் பிரயோஜனமில்லாமலிருந்தது (களககு) திரும்பி
வந்து தலைவர்சங்கத்தையுழித்து முதல் கோன்சுயில் என்
னும் பட்டத்தையடைந்தான். மாராங்கோஎன்னுங் கிராமத்
தில் ஒத்ரீஷ்தேசத்தை ஜெயித்து இங்கிலிஷ்தேசத்தோடு
சமாதானஞ்செய்துக்கொண்டு குழப்பத்தாலேற்பட்ட புது
பிராஞ்சுதேசத்தில் புது எற்பாடுகள்செய்ய ஆரம்பித்தான்.

௬. க௮0௪-ம். வருடத்தில் நப்போலெயோம் என்பவன்
சக்ரவர்த்தியாக ஏற்படுத்தப்பட்டான் சமாதான உடன்படி
க்கையை மீறிநடந்த இங்கிலிஷ்தேசத்தின்பேரில் யுத்தஞ்செ
ய்ய அவன் எத்தனப்பட்டான் ஆனுல் இங்கிலிஷ்தேசத்தார்
ஒத்ரீஷியனாயும் ருசியனாயும் அவன்பேரில் படையெடுத்து
வரச் செய்தார்கள். நப்போர்லெயோம் என்பவன் ஒஸ்தர்லீத்ஸ்
என்னு நகரருகில் அந்த இரண்டு சக்ரவர்த்திகளாயும் வென்று

(௧௮0ந்) ஒத்.ரீஷ்தேசத்தார் பிரோஸ்க்பூர் என்னும் பட்டணத்தின் சமாதான உடன்படிக்கையில் கையெழுத்து வைக்கும்படியாய்ச் செய்தான்.

இங்கிலீஷ்காரர்களும் ருசியர்களும் ஆயுதபாணிகளாய் நிற்க சக்ரவர்த்தி புருசியனை இயேனுகரத்திலும் ருசியனைஎய்லோ வென்றகிராமத்திலும் ஜெயித்து புருசியரும் ருசியரும் திலசித் என்றபட்டணத்தின் சமாதான உடன்படிக்கையிற் கையெழுத்துவைக்கச் செய்தான். (௧௮0எ)

ஊர்வத்திஇனுலும் வல்லபத்திஇனுலும் மதிமயங்கி நப்போ லெ யோம் என்பவன் அரசாண்டுக்கொண்டுவந்த அநேக இராஜகுடும்பங்களின் சுவாதீனங்களை மாற்றித் தன் சுடும்பத்தாருக்கு அவைகளைக்கொடுத்தான் எஸ்பாஞ் தேசத்தில் தன்சகோதர ஊன ஸ்தாபிக்கும்பொருட்டி அந்ததேசத்தோடு அவன்யுத்தஞ் செய்தகாலையில் ஒத்ரீஷ்தேசத்தார் திரும்பவும் படையெடித்து வந்தார்கள்.

வகிறும் என்ற கிராமத்தில் அவர்கள்படையை ஜெயித்து (௧௮0கூ) வியேன் என்னும் நகரத்தின் சமாதான உடன்படிக் கைசெய்வித்தான் அத்தருணம் நப்போலெயோம் சக்ரவர்த்தி மகாவல்லபம் பெற்றிருந்தான்.

ஆனல் ருசியா தேசத்துடன் சண்டைவிளம்பரஞ்செய்ததி ஞல் பெரும்பிசகுசெய்தான் (௧௮௧௨) அவன் செயசீலனயிரு ந்தபோதிலும் பின்வாங்கிவரஉடன்பட்டு தன்பாளையத்தின் பெரும பங்கையிழந்து விட்டான்.

எரோப்புகண்டத்தரசர் முழுதும் ஒன்றுகூடி பிராஞ்சுதே சத்தின்பேரில் எதிர்த்து வந்தார்கள். சக்ரவர்த்தி பிராஞ்சு தேசத்தைக் காப்பாற்றுவது அசாத்தியமாயிருந்தது (௧௮௧௪) பரீஸ்பட்டணம்பிடிபடவே நப்போலெயோம் சக்ரவர்த்திதன் அரசாக்ஷியைக் கைவிட்டு எல்பதீவுக்குப் போய்விட்டான்.

௧௮௧௫ - ம் வருஷத்தில் அவ்விடத்தினிருந்து திரும்பிவந்து வட்டார்லோ வென்னுங்கிராமத்தில் தோல்வையடைந்து இங்கி லீஷ்க்காரரால் செஞ்தெலேன் என்ற தீவுக்குஅனுப்பப்பட் டான்.

அப்போது ௧௮ — வது. லுய் அரசனின் சகோதரனுகிய ௧௮ — வது. லுய் அரசன் பிராஞ்சுதேசத்தை யரசாண்டான்.

கஅகரு-ம். ஙூல்முதல் கஅங்கரு ம். ஙூல வனாக்கும் காலவிளக்கச் சுருக்கம்.

கஅகரு-ம். ஙூல முதல் கஅஉச-ம். ஙூல வனாக்கும் கஅ-வது லுய் அரசன் இராச்சியபாரஞ் செய்தான்.

கஅஉச-ம். ஙூல முதல் கஅஙO-ம். ஙூல வனாக்கும் கஅ-வது லுய் அரசனின் சகோதரனகிய ஙO-வது. ஷார்ல் அரசனுடைய அரசாக்ஷி.

கஙO-வது. ஷார்ல் அரசனுடைய அரசாக்ஷி முடிவில் அல்ஜேரிதேசம் பிடிபட்டது.

கஅஙO-ம். ஙூல ஜூலையெத்து மீ த்திலுண்டான குழப்பத்தினால் கஙO-வது, ஷார்ல அரசனின் மைத்துனனகிய ஒர்லெயான் துய்க்பிரபு கஅ-வது. லுய்ப்பிலீப் என்னும் நாமங்கொண்டு சிங்காசன மேறினென்.

கஅஙO ம். ஙூல முதல் கஅசஅம். ஙூல வனாக்கும் கஅ-வது லுய்ப்பிலீப் ஆண்டுவந்தான்.

கஅசஅ-ம். ஙூல பெவுரியோர் மீ த்திலுண்டான இராஜகுழப்பத்தினால் லுய் பிலீப் அரசன் தன் இராஜரீகத்தை யிழுந்தான்.

கஅசஅ-ம். ஙூல முதல் கஅங்கச-ம் ஙூல வனாக்கும் பிராஞ்சுதேசம் குடியரசு ஆளுகைக்கு உட்பட்டிருந்தது.

கஅங்கச-ம். ஙூல திசம்பர் மீ த்தில் லுய் ஙப்போலெயோம் போனைப்பார்த்தென்னும் மன்னன் குடியரசை புரட்டிவிட்டான்.

கஅங்கச-ம். ஙூல த்தில் சக்ரவர்த்தி அரசாக்ஷி திரும்பவும் ஸ்தாபகமாச்சுது.

கஅங்கச-ம். ஙூல முதல் கஅஎO-ம் ஙூல வரைக்கும் ங வது ஙப்போலெயோம் சக்ரவர்த்தி அரசாக்ஷிசெலுத்திவந்தான்

கஅங்கச-ம். ஙூல த்தில் கிரிமே யென்றவூரில் துலுக்கனையாஉ தரிப்பதற்காக ருசியர்பேரில் சண்டைதொடுக்கப்பட்டது.

கஅங்கரு-ம். ஙூல த்தில் செபாஸ்தொபோல் நகரத்தைப்பிடித்ததினால் சண்டைமுடிந்தது.

கஅங்கசு-ம். ஙூல த்தில் ஒத்ரீஷதேசத்தின்பேரில் நடந்தயுத்தம்.

மஜேந்தா நகரத்திலும் சோல்பெரிணே என்னுங்கிராமத்திலும் உண்டான ஜெயங்கள்.

கஅசுO-ம். ஙூ த்தில் சவ்வா என்றநாடும் நீஸ் என்ற கோந்த்பிரபுநாடும் பிராஞ்சுதேசத்துக்குக் கிடைத்ததினால் இவைகள் மூன்று ஜில்லாக்களாகப்பிரிக்கப்பட்டன.

கூஎ0 டு. இருத்தில புதியபத்துக்களை பெரில பு தி திய யுத்தம் பெதுத்துளப்பாகளோ விள்விக்கத்தாங்வது நாம்பேரிலே யோம. சத்துவாத்தி பிரான்சுதேசத்தின் படைகளிமிலான் ரேடு செதான் நகூத்தின சிறைப்பட்டான்.

கூஎ0 டு. வஹல் செப்டெம்பர் ஸ்ரீ ச உ யிலுணடான குழப பதத்திலுல சுக்ரவர்த்தி அராசாகூகி அழிவடைந்தது.

ஒக்தோபர் ஸ்ரீ த்தில பஜேன்என்னும படைத்தலைவன் மேத்ஸங்கரதரை மற்றொரு படையுடன சத்துருக்களுக்கு கையபளித்துவிட்டான்.

தற்காலம் சேகரித்த படைகளால் சத்துருக்கள் தேசத்து க்குள் பிரவேசிக்க வொட்டாமல் தடுக்களத்தனப்பதில் விய ரத்தமாயிருந்தது.

கூஅஎகம். வஹல் பெவுரியேர் ஸ்ரீ த்தில பரீஷ்நகரம் நெடுங் காலம்காபந்து செய்யப்பட்டிருந்தும் கடைசியாய்ப்பிடிபட் டது.

கூஅஎகம். வஹல் சமாதான உடன்படிக்கை செய்ததில் பெல்போஎன்ற நகரந்தவிர அல்சாஸ்என்ற ஜில்லாவையும் லொரேன்என்ற ஜில்லாவின் ஒருபங்கையும் பிரான்சுதேசமிழ ந்துபோன்து.

மேத்ஸ, ஸ்திராஸ்த்பூர்என்னும் பெருநகரங்களே புருஷியர் பிடித்துக்கொண்டார்கள்.

கூஅஎக-ம். வஹல் செப்தம்பர் ஸ்ரீ ச உ முதல் பிரான்சுதே சும் குடியரசின் ஆளுகையிலிருக்கின்றது. அந்தக்குடியரசின் அதிகாரம் - கூஅஎறு - ம். வஹல் த்தில் எற்பட்ட இராச்சிய மூலாதார்முறைமையினல் எமது பிரான்சுதேசம் நிலைத்திருக் கின்றது.

www.ingramcontent.com/pod-product-compliance
Ingram Content Group UK Ltd.
Pitfield, Milton Keynes, MK11 3LW, UK
UKHW022059070726
13613UKWH00002B/863